தமிழவன் (பி. 1945) குமரி மாவட்டத்திலுள்ள மணலிக்கரையில் பிறந்தவர். பாளையங்கோட்டையிலும் திருவனந்தபுரத்திலும் இளங்கலை, முதுகலைப் பட்டங்களை முறையே பெற்றவர். பல கல்லூரிகளில் தமிழ் விரிவுரையாளராகப் பணியாற்றிவிட்டு பெங்களூர் சென்றார். அங்கு இருபத்தைந்து ஆண்டுகள் பெங்களூர்ப் பல்கலைக்கழகத்தில் பணியாற்றினார். வார்ஸா பல்கலைக் கழகத்திலும் குப்பம் திராவிடப் பல்கலைக்கழகத்திலும் தமிழ்ப் பேராசிரியராகப் பணியாற்றினார். ஏற்கனவே சொல்லப்பட்ட மனிதர்கள், சரித்திரத்தில் படிந்த நிழல்கள், ஜி.கே. எழுதிய மர்ம நாவல், முஸல்பனி, வார்ஸாவில் ஒரு கடவுள், ஆடிப் பாவை போல, சம்பாலா ஆகிய ஏழு நாவல்களை இதுவரை எழுதியிருக்கிறார். இவருடைய ஸ்ட்ரக்சுரலிசம் என்னும் அமைப்பியலும் அதன் பிறகும் என்னும் கோட்பாட்டு நூல் மிகவும் புகழ்பெற்றது. புதிய நோக்கில் அறுபதுக்கும் மேற்பட்ட சிறுகதைகளை எழுதி இருக்கிறார். பல விமரிசன நூல்களும் வெளிவந்திருக்கின்றன. கனடா இலக்கியத் தோட்டம் அளித்த சிறந்த நாவலுக்கான விருதும், கர்நாடக சாகித்ய அகாதெமியிடமிருந்து சிறந்த மொழிபெயர்ப்பு நாவலுக்கான விருதும், மனோன்மணியம் பல்கலைக்கழகத் திலிருந்து சிறந்த விமர்சகர் விருதும் பெற்றுள்ளார். சாகித்ய அகாதெமி, ஃபின்லாந்தின் நாட்டுப்புறவியல் நிறுவனம், அமெரிக்காவின் இன்றைய மொழிகளுக்கான அமைப்பு ஆகியவற்றில் உறுப்பினராக இருந்திருக்கிறார். பணி ஓய்வுபெற்றுத் தற்போது பெங்களூரில் வசிக்கிறார்.

புதுக் கம்யூனிசம்
மற்றும் சில கட்டுரைகள்

தமிழவன்

அடையாளம்

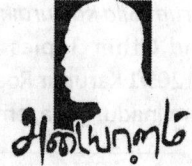

முதல் பதிப்பு 2022
© தமிழவன்
வெளியீடு: அடையாளம், 1205/1 கருப்பூர் சாலை, புத்தாநத்தம் 621310, திருச்சி மாவட்டம், இந்தியா, தொலைபேசி: 04332 273444, 9444 77 2686
நூல் வடிவம்: த பாபிரஸ், அச்சாக்கம்: அடையாளம் பிரஸ், இந்தியா
ISBN 978 81 7720 343 1
விலை: ₹ 160

Puthuk Cammunisan Mattrum Sila Katturaikal is a collection of essays on New Communism and Other Topics in Tamil by Tamilavan, Published by Adaiyaalam, 1205/1 Karupur Road, Puthanatham 621310, Thiruchirappalli District, Tamilnadu, India, email: info@adaiyaalam.net

பொருளடக்கம்

	முன்னுரை	vii
1	புதுக் கம்யூனிசம்	1
2	மீண்டும் ஞானக்கூத்தன்	19
3	அமைப்பியலும் பின்அமைப்பியலும்	30
4	மேலெழுந்து வரும் சிங்கப்பூர் எழுத்து	35
5	வித்தியாசம் தெரியாத பார்வைகள்	30
6	விமரிசனத்தில் தோல்வி: புதியவர்களின் கவிதை	49
7	அவதூறின் நிழல்: பெண்ணியவாதி சிமோன்தெ பவ்வார்	58
8	தமிழச்சிக் கவிதையில் பெரும்படிமங்கள்	62
9	நோபல் பரிசு - தமிழ் இலக்கியத்துக்கு எப்போது?	68
10	இன்றைய சூழலில் பின்நவீனத்துவ உரையாடல்	78
11	சிங்கப்பூர் உலகத் தமிழ் எழுத்தாளர் மாநாடு	83
12	இலக்கியம் என்றால் என்ன?	95

13 நோம் சாம்ஸ்கி - மொழியியல் சிந்தனையும் அரசியலும்	106
14 தமிழிலக்கியத்தில் மார்க்சியம்: இரண்டு பாதைகள்	117
15 இக்காலப் புலம்பெயர் இலக்கியம்	129

முன்னுரை

இந்தத் தொகுப்பின் கட்டுரைகள் என்னுடைய பல்வேறு கட்டுரை களிலிருந்து நான் தேர்ந்தெடுத்தவையாகும். பலவும் வாசிக்க எளியவை.

சமீபத்தில் அமெரிக்காவில் ஜார்ஜ் ப்ளாய்ட் என்ற கறுப்பு இனத்தவர் கொல்லப்பட்ட பிறகு—அமெரிக்காவிலும் பிற நாடு களிலும் சமத்துவச் சிந்தனைகள் பற்றிய விழிப்புணர்வு மேலோங்கி யுள்ளது. சமத்துவத்தைச் சொல்லும் மார்க்சியம், கம்யூனிசம் போன்ற சிந்தனைகள் காலாவதியாகவில்லை; அவற்றைப் புதிய தாக்கவும் விரிவாக்கம் செய்யவும் முடியும் என்ற எண்ணம் வந்துள்ளது. அதனால் இன்றைய தேவை நோக்கி இந்தத் தொகுதியில் புதுக் கம்யூனிசம் பற்றிய கட்டுரை சேர்க்கப்பட்டுள்ளது.

அடுத்து, கவிதைபற்றிய கட்டுரைகள் பற்றி. மறைந்த, தமிழின் முக்கியமான கவிஞரான ஞானக்கூத்தன் பற்றிய கட்டுரை உள்ளது. அவர் சாத்தியமற்றதைச் சாத்தியமாக்குதல் என்ற கோணத்தில் தமிழ்க் கவித்துவத்தில் ஒரு புது முறையைக் கொண்டுவந்தார். அதனை விளக்கும் ஒரு கட்டுரை இது. தமிழச்சியையும் அவருடைய கவிதைகளையும் இங்குக் கவனப்படுத்த வேண்டும். அவர் வனப்பேச்சி என்ற பெரும்படிமத்தைக் கொண்டுவரும் முறையில் கவித்துவத்துக்கு மரபுப் பார்வையின் வளமான பகுதியையும் அதே நேரத்தில் புதுக்கவிதை தமிழுக்குக் கொண்டுவந்த பூடகத்தையும் ஒருசேர அளிக்கிறார். அந்த நோக்கில் ஒரு கட்டுரை இந்தத் தொகுப்பில் உள்ளது. அதுபோல் புதிய கவிஞர்களை மதித்து ஏன் விமரிசனங்கள் எழுதுவதில்லை என்ற கட்டுரையும் உள்ளது.

மூன்றாவது உள்ளடக்கப் பிரிவாக இலக்கியம் பற்றிய பொதுவான அறிதலை இன்னும் அடுத்த கட்டத்துக்கு எடுத்துச் செல்லும் சில கட்டுரைகள் வருகின்றன. பேராசிரியர்கள்கூட

தற்கால இலக்கியம் பற்றி அறியாதவர்களா என்ற வினா கேட்கப்படுவதன் தேவையைச் சுட்டும் கட்டுரை இருக்கிறது. அந்தக் கேள்வியை மேலும் வளர்த்தும் வகையில் இலக்கியம் என்றால் என்ன என்ற பல உள் விசாலங்களைக் கொண்ட கட்டுரையும் அறிமுகமாகிறது.

தத்துவம், கோட்பாடுகள் பற்றிப் பலர் பேசுகிறார்கள். அவ்விதமான அறிவைத் தரும் அமைப்பியல் பற்றிய எளிய அறிமுகமும் பின்நவீனத்துவம் பற்றிக் கூறும் தமிழ்ச்சூழலுக்குரிய முக்கியமான ஒரு கட்டுரையும் உள்ளன. இவை மேல்நாட்டுக் கோட்பாடுகள் எனினும் தமிழில் பலகாலமாகப் பேசப்படுவன.

இவைபோன்ற பொதுவான அறிவு சார்ந்த மேற்கத்திய பெண்ணியவாதி சிமோன் தெ பவ்வார் பற்றியும் சிங்கப்பூரில் சிறுகதை எப்படி வளர்கிறது என அறிய உதவும் சிங்கப்பூர் எழுத்தாளர் லதா பற்றியும் உலகின் மனசாட்சியாக இன்று உலாவரும் சாம்ஸ்கி பற்றியும் தனித்தனிக் கட்டுரைகள் உள்ளன. இன்னும் சில கட்டுரைகளும் உள்ளன. புலம்பெயர்தல் பற்றிய கட்டுரை சிங்கப்பூரில் நடந்த அனைத்துலகத் தமிழ்க் கருத்தரங்கில் படிக்கப் பட்ட தமிழுக்குப் பழக்கப்படாத தலைப்பு ஆகும். தமிழ்ச் சூழலில் மார்க்சியம் இருவிதமாய் விளக்கப்படுவது பற்றிய ஒரு கட்டுரையும் உண்டு. இன்னும் சில கட்டுரைகளும் உள்ளன. மொத்தத்தில் கடந்த சுமார் ஐம்பது ஆண்டுகளின் வேறுபட்ட, இலக்கியம் சார்ந்ததும் சாராததுமான சிந்தனைகளை இந்த நூல் தருகிறது.

தமிழவன்

புதுக் கம்யூனிசம்
மற்றும் சில கட்டுரைகள்

1
புதுக் கம்யூனிசம்

திடீரென இந்திய அரசியலும் சூழலும் மாறியுள்ளன. மோதி இந்தியாவின் பிரதமரானதோடு இந்தியக் கல்வி, வரலாறு, பண்பாட்டுச் சூழல் போன்றன ஒரு பூகம்பத்துக்கு ஆட்பட்டுள்ளன.

புக் ரிவ்யு லிட்டரரி அறக்கட்டளை என்ற அமைப்பு டெல்லியில் நடத்திய நிகில் சக்கரவர்த்தி நினைவுச் சொற்பொழிவில் புகழ் பெற்ற வரலாற்றியல் ஆய்வாளரான ரொமிலா தப்பார் ஒரு கருத்தை வெளியிட்டார்: 'பாடங்கள் மாற்றப்படுகின்றன: நூல்கள் அழிக்கப்படுகின்றன. அறிவுஜீவிகள் அமைதியாகிவிட்டனர்.'

அறிவுஜீவிகள் அமைதியான செய்தி புதுமையானதல்ல. தமிழகத்தைப் பார்ப்போம். இடதுசாரி கட்சிகள் எந்தத் தெளிவு மின்றிச் செயல்பட்டுக்கொண்டே இருக்கிறார்கள். திராவிடக் கட்சிகள் இரண்டும் ஊழலில் சிக்கியுள்ளன. மூன்றாவது அணியான சிறு கட்சிகள் சாதி உணர்வையோ, சினிமா மயக்கத்தையோ, தமிழ் உணர்வையோ பயன்படுத்திச் செயல்படுகின்றன. சமீபத்தில் மோதியின் கட்சியுடன் கூட்டணி அமைக்கவும் தயங்கவில்லை. வேறு பல 'லெட்டர் பாட்' கட்சிகள் உள்ளன. ஈழப் பிரச்சினையில் சில அமைப்புகளும் சிறுகட்சிகளும் உண்மையாக மக்கள் கவனத்தை ஈர்த்தன. அணுஉலை போராட்டம் என்ற புதுமை யான போராட்டம் வெற்றிபெற முடியவில்லை. பெரிய கட்சிகள் அத்தகைய போராட்டத்தைத் தடுக்க முடியும் என்று காட்டின.

அதாவது தமிழர்களுக்கு அன்று பெரியார் இருந்ததுபோல் இன்று யாருமில்லை. அன்று பெரியார் சிந்தனையின் மூலம்

தமிழகத்துக்கு வெளிச்சம் தந்தார். கடவுள் நம்பிக்கையையும் சாதி மேட்டிமையையும் மூடப்பழக்க வழக்கங்களையும் பிரித்தறிய மக்கள் பயிற்சி பெறும் பொருட்டு ஓர் இயக்கத்தை நடத்தினார். அவர்போல் ஒருவர் இந்தியாவில் கர்நாடகம், ஒரிசா, அசாம், வங்காளம் என்று எந்த மாநிலத்திலும் இல்லை. பெரியாருக்குச் செய்ய வேண்டியது: அவர் சிந்தனையைத் தொடர்வது.

அந்த வகையில் அவர் சிந்தனையை நாம் தொடரவில்லை. தமிழகத்தைச் சிந்தனைக் கிளர்ச்சியுள்ள மாநிலமாக மாற்றவும் இல்லை; தமிழ்மக்கள் சுமார் 1,50,000 பேர் ஈழத்தில் கொல்லப் பட்டபோது நாம், தமிழகத் தலைவர்களால் ஏமாற்றப்பட்டோம். தமிழகப் பல்கலைக்கழகங்கள் பொருத்தமான கல்விச் சூழலை ஏற்படுத்தவில்லை. வடநாட்டினளவுகூட புதிய அறிவுச் சூழல் வளர நம் திராவிடத் தலைமை ஏதும் செய்யவில்லை. நவீன சமூகமாகத் தமிழ்ச் சமூகத்தை மாற்ற அவர்கள் விரும்பவில்லை. இலவசப் பொருள்களும் மதுவும் கொடுத்தனர். அவ்வளவுதான். இந்திய அரசியலான இந்துத் தத்துவம் தமிழகத்தில் எப்படியோ தற்காலிகமாக இன்று தடுக்கப்பட்டுள்ளது.

இலக்கிய அரங்கில் சிறுகுழுக்கள் செயல்பட்டு வருகின்றன. அதனால் தமிழ்மொழியில் சில மாற்றங்கள் ஏற்பட்டுள்ளன. மொழி கூர்மையடைந்து வருகிறது; பெருங்கட்சிகளைத் 'தமிழ் மொழிமைக்குள்' முற்றிலும் அனுமதிக்காமல் இலக்கியக் குழுக்கள் செயல்படுகின்றன. ஆபத்துகள் இல்லாமல் இல்லை. அரசியல்வாதிகளின் வாயில் அல்லல்படும் தமிழ்மொழியைப் பலவித சிந்தனைக் கட்டுரைகள், நாவல்கள், கவிதைகள் மூலம் கொஞ்சம் தமிழர்கள் காப்பாற்றுகிறார்கள். பிற செவ்வியல் மொழிகள் அளவுக்குப் புராதன வேர்களைக் கொண்டிருந்தாலும் தமிழ் நவீனமாகி வருகிறது. தமிழ்க்கல்வி இந்த விசயத்தில் எதிர்பார்த்த அளவு முன்னேறவில்லை என்பது வருத்தத்துக்குரியது. மரபு மரபாக தமிழ்மொழி தமிழ்மக்களது அரசியலுக்கும் வளர்ச்சிக்கும் பயன்பட்டு வருகிறது. அதாவது இரண்டாயிரம் ஆண்டுகளாக இது நடக்கிறது. தமிழ்மொழி மூலம் இது தொடரவேண்டும்.

இந்தச் சூழலில் அனைத்துலகச் சிந்தனைகளைக் கவனிக்கும் போது 'புதுக் கம்யூனிசம்' என்ற பெயரில் உலகம் எங்கும்

காட்டுத்தீயைப் போல் பலருடைய சிந்தனைகள் பரவுவதைக் கூறவேண்டும் என்பதற்காக இந்தக் கட்டுரை எழுதப்படுகிறது.

அலென் பட்யூ என்ற பிரஞ்சு தத்துவப் பேராசிரியருடைய கருத்துகள் இந்தத் துறையில் சமீப காலத்தில் முக்கியமாகி யுள்ளன. சர்க்கோஸி பிரஞ்சு தேர்தலில் அன்று நின்றபோது மீண்டும் கம்யூனிசமும் மாணவர் போராட்டமும் வரக்கூடாது என்று பேசியதைக் கண்டித்து பட்யூ அவர்கள் ஒரு நூல் எழுதினார். அந்த நூலின் பெயர்: *சர்க்கோஸி தரும் அர்த்தம்* என்பது. அந்த நூலின் இறுதிப் பகுதியில் 'கம்யூனிச யூகம்' (*கம்யூனிஸ்ட் ஹைபோதீசிஸ்*) என்ற ஒரு கட்டுரையை இணைத்து இருந்தார். பிறகு இந்தக் கட்டுரை தனியாய் ஆங்கிலத்தில் மொழிமாற்றம் செய்யப்பட்டு *நியுலெஃப்ட் ரிவியூ* என்ற இலண்டன் இடதுசாரி இதழில் 2008இல் பிரசுரிக்கப்பட்டது. 2009இல் இலண்டனில் 'கம்யூனிசம் என்ற கருத்துப் பற்றி' (*ஆன் தி ஐடியா ஆஃப் கம்யூனிசம்*) என்ற கருத்தரங்கை ஸ்லவாய் சீஷெக், கோஸ்டாஸ் டௌசினாஸ் இருவரும் நடத்தினார்கள். அந்தக் கருத்தரங்கு பெர்லினில் இருந்த சுவர் உடைக்கப்பட்ட 20ஆம் ஆண்டு நிறைவு விழாவைப் பலர் கொண்டாடியதற்கு எதிர்ப்பாய் நடத்தப்பட்டது. அதாவது சுவரை உடைத்ததுடன் கம்யூனிசம் முடிந்துவிடவில்லை என்று கூறுவதற்காக இந்தக் கருத்தரங்கு நடத்தப்பட்டது. இந்தக் கருத்தரங்கில் முக்கிய பங்கெடுத்த ஸ்லவாய் சீஷெக் (இவர் பற்றிய அறிமுகத்துக்கு சிற்றேடு இதழ்கள் பார்க்க) இன்று உலகம் எங்கும் தன்னுடைய சிந்தனைகளால் பூகம்பத்தை ஏற்படுத்தி வருகிறார்.

2009இலண்டன் கருத்தரங்கு பலவகைகளில் முக்கியமானது. அதில் டோனி நெக்ரி, ழாக் ரான்சியர், ஸ்லவாய் சீஷெக் போன்றவர்கள் பங்கெடுத்தனர். இந்தக் கருத்தரங்கைத் தொடர்ந்து 2010இல் பாரிஸில் (ஜனவரி) புதுக் கம்யூனிசச் சிந்தனைகளைப் பற்றி விவாதிக்க ஒரு கருத்தரங்கு பாரிஸின் பிரபலமான பல்கலைக்கழகத் தத்துவப் பேராசிரியர்களும் பிற சிந்தனையாளர் களும் கலந்துகொள்ளும் முறையில் நடத்தப்பட்டது. அறுபதுகளில் அல்துஸ்ஸரின் மாணவர்களான அலென் பட்யூ, ழாக் ரான்சியர், எத்தியானி பாலிபர் ஆகியோர் தம் பேராசிரியருடன் இணைந்து செயல்பட்டனர்.

அப்போது இவர்கள் அல்துஸ்ஸரின் மாவோயிசக் கருத்து களால் ஈர்க்கப்பட்டிருந்தனர். அல்துஸ்ஸரின் மனநோய் சார்ந்த மரணத்துக்குப் பிறகும் அலென் பட்யூ மாவோயிசத்தால் ஈர்க்கப் பட்டுப் புது தத்துவக் கட்டமைப்பு ஒன்றை உருவாக்குவதில்தான் வாழ்நாளைச் செலவிட்டார். புதுக் கட்சி ஒன்றையும் தொடங்கினார். ரான்சியர் தன் பாதையில் தத்துவத்தில் பயணம் மேற்கொண்டார். பாலிபரும் மார்க்ஸின் தத்துவம் முதலிய நூல்களை எழுதுவதில் ஈடுபட்டார். எல்லோரும் கலை இலக்கியம் தனியானது என்ற கருத்தில் உடன்பட்டாலும் பிற சிந்தனைகளில் வேறுபட்டனர். ஆனால் இவர்கள் எல்லோரும் 2010இல் நடந்த பாரிஸ் கருத்தரங்குக்கு வந்திருந்தனர். அறுபதுகளில் சார்த்தர் உயிருடன் இருந்தபோது பாரிஸ், உலகப் புரட்சிச் சிந்தனையின் அறிவார்ந்த தலைமையிடமாக இருந்ததுபோல் 21ஆம் நூற்றாண்டின் தொடக்கப் பகுதியில் புதுக் கம்யூனிசம் என்ற சொல் உலக அறிவாளிகளிடம் அடிபட்டுக்கொண்டிருக்கிறது. இந்தச் சிந்தனை களின் மையப்புள்ளியாக 74 வயதான அலென் பட்யூ 64வயதான ஸ்லவாய் சீஷெக் ஆகியோர் செயல்படுகின்றனர்.

2013இல் தற்சமயம் சீஷெக் அவர்கள் பணியாற்றிக் கொண்டிருக்கும் தென்கொரியாவில் அவர் அலென் பட்யூவுடன் இணைந்து புதுக் கம்யூனிசம் பற்றி இன்னொரு கருத்தரங்கு நடத்தினார். இவ்வாறு உலகம் எங்கும் ஆய்விதழ்களும், அரங்குகளும் சொற்பொழிவுகளும், தத்துவச் சிந்தனைகளும் புதியமுறையில் கம்யூனிசத்தை நாட ஆரம்பித்துள்ளன. இவர்களும் இத்தகைய சிந்தனைகளும் திடீரென நேற்று வந்த மழையில் இன்று முளைத்த காளான்களா? இந்தச் சிந்தனைகளுக்கு ஏதேனும் பின்னணி உண்டா?

மார்க்சியத்துக்குள் மாற்றுக் குரல்கள்

லெனின் சோவியத்நாட்டில் புரட்சியைக் கொண்டுவந்தபோதே அவருடைய பாதையை விமரிசித்த குரல்கள் தோன்றின. முக்கியமானது ரோஸா லக்ஸம்பர்க் என்பவருடையது. மார்க்ஸின் கருத்துகளுக்கு மாறாகத்தான் லெனின் வளர்ச்சியடையாத— விவசாய அடிப்படைகளுள்ள ஒரு நாட்டில் புரட்சியைக் கொண்டு வந்தார். ரோஸா லக்ஸம்பர்க் என்ற அம்மையார் லெனினின்

பல கருத்துகளை மறுத்தார். லெனின் திட்டமிட்ட கட்சி மூலம் தான் புரட்சி இயக்கப்பட வேண்டுமென்று கூறியபோது ரோஸா லக்ஸம்பர்க் சுய உந்துதலும் முனைப்பும் (*ஸ்பான்டனிட்டி*) போதும் என்றார். அதுபோல் 1920 வாக்கில் ஜார்ஜ் லூக்காக்ஸ் ஹெகல் தத்துவத்தை மார்க்சியத்துக்குள் கொண்டுவந்து மார்க்சியம் ஒரு முறைமையை (*மெதட்*) மட்டுமே தருகிறது என்று விவாதித்து *வரலாறும் வர்க்க உணர்வும்* என்ற நூலை எழுதினார். பின்பு பிராங்க்பர்ட் மார்க்சியர்கள் தோன்றினர். இவர்கள் பிராய்டின் உளவியல் ஆய்வுகளை ஏற்று மார்க்சியத்துக்குள் உளவியல் உண்மைகளை இணைத்தனர். இவர்களில் ஒருவரான மார்க்யூஸ் சோவியத் யூனியன் இறுகிய ஒற்றைப் பரிமாண மனிதனை உருவாக்குகிறது என்றும், நடுத்தர வர்க்கமும் தொழிலாளி வர்க்கம் போல புரட்சிகரமானதே என்றும் ஒரு கருத்தை முன்வைத்தார்.

இந்த அணியைச் சார்ந்த அடார்னோ, ஹொர்ஹேமர் ஆகியோர் மார்க்சியத்திலிருந்து அறிவொளிக்கால விஞ்ஞான வாதத்தை நிராகரிக்க வேண்டும் என்றும் தொழில் வளர்ச்சியின் மூலம் மட்டுமே புதிய சமூகம் படைக்கப்படும் என்பது உண்மை அல்ல என்றும் விவாதித்தனர். மேலும் இவர்கள் அறிவுவழி என்பதையும் கேள்வி கேட்டனர். மனிதகுலம் அறிவின் மூலமும் விஞ்ஞானத்தின் மூலமும் உலகை அழிக்கவும் முடியும் என்ற கருத்துகளை உருவாக்கினர். சோவியத் ரஷ்யாவிலும் எங்கெல்ஸ் அவர்களிடமும் காணப்பட்ட இயங்கியல் (*டைஅலெக்ட்டிக்ஸ்*) சார்ந்த ஹெகலின் கருத்தை இந்தக் குழுவினர் ஏற்கவில்லை. எங்கெல்ஸ் இயங்கியலைச் சரியாய் புரிந்துகொள்ளவில்லை என்று ஏற்கனவே தத்துவ நிபுணரான ஜார்ஜ் லூக்காஸ் கூறிய குற்றச்சாட்டும் இங்கு நினைக்கத்தக்கது.

அடுத்ததாக, இருத்தலியல் மார்க்சியம் (*எக்ஸிஸ்டென்ஷியல் மார்க்சியம்*) பிரான்சில் தோன்றியது. இதன் கருத்தை ழான் பவுல் சார்த்தர் என்ற பிரான்ஸின் தத்துவப் பேராசிரியர் விரிவுபடுத்தி நூல்கள் எழுதினார். இந்தக் கருத்துகளோடு முரண்பட்டார் லூயி அல்துஸ்ஸர். இவர் பிரஞ்சு கம்யூனிஸ்ட் கட்சியின் உறுப்பினர், தத்துவப் பேராசிரியர். தம் தத்துவத்துறை மாணவர்களுடன் இணைந்து மார்க்ஸின் அறிவுவாதத்தையும் விஞ்ஞானத் தன்மையையும் வலியுறுத்தி நூல்கள் பல எழுதினார். இவருடைய

மாணவர்கள்—இவரைப் போலவே—மாவோயிஸ்டுகளாக முதலில் இருந்து பிறகு தத்தம் வழியில் மார்க்சிய விளக்கங்களை இன்று கொடுத்து வருகின்றனர்.

எர்னஸ்டோ லெக்லாவ்

அல்துஸ்ஸரின் கருத்துகளால் முதலில் ஈர்க்கப்பட்ட எர்னஸ்டோ லெக்லாவ் என்பவர் அர்ஜென்டினாவிலிருந்து இங்கிலாந்துக்கு வந்து அரசியல் துறையில் முதலில் ஆய்வாளராகவும் பின்னர் பேராசிரியராகவும் மாறினார். இவரும் சந்தால் மாஃபே என்பவரும் இணைந்து 1989இல் *மேலாதிக்கமும் சோசலிச தந்திரோபாயங்களும் (ஹெகெமொனி அண்ட் சோசலிஸ்ட் ஸ்ட்ரடஜி)* என்னும் நூலை எழுதினர். இந்த நூல் மிகவும் புகழ்பெற்றது. இந்த நூலில் தங்களைப் பின்னை மார்க்சியர்கள்*(போஸ்ட் மார்க்சிஸ்ட்ஸ்)* என்று அழைத்துக் கொண்டதால் இவர்கள் விமரிசிக்கப்பட்டனர்; அதுபோல் வேறு தரப்பால் பாராட்டப்பட்டனர். இந்த நூலில் ஒருவிதமான தனியான மொழிநடையை இவ்விருவரும் கையாண்டதோடு பிரஞ்சு உளவியலாளரான லக்கானின் கருத்தாக்கங்களை மையமாக ஏற்று மார்க்சிய விளக்கங்கள் தந்தனர். தன்னிலை *(சுயம்)* என்பது லக்கான் கூறுவது. அது குறையுள்ள தன்னிலை *(சப்ஜெக்ட் ஆஃப் லேக்)* என்று விளக்கினர்.

இந்த இடத்தில் *பின்நவீனத்துவ நிலை (த போஸ்ட்மாடர்ன் கண்டிஷன்)* என்ற நூலை எழுதிப் புகழ்பெற்ற லையோதார் என்ற பிரஞ்சு அறிஞரின் இன்னொரு நூலான *லிபிடோ தன்மை கொள் பொருளாதாரம் (லிபிடினல் எகானமி)* என்னும் நூலில் அவர் மார்க்சின் உற்பத்தி பற்றிய அக்கறை, முதலாளிகளின் அக்கறை என்று கூறியதையும் சுட்டலாம்.

இவர்கள் பொருளாதார முதன்மையைப் பெரும்பாலும் மார்க்சியத்திலிருந்து நீக்க பெரும் முயற்சி செய்தனர். அதுபோல் லெக்லாவும் சந்தால் மாஃபேயும் பன்முகக் கட்சி அமைப்பை ஆதரித்தனர். தொழிலாளி வர்க்கம் என்ற கருத்தாக்கம் பொருளாதார வாத மார்க்சியம் என்ற கருத்திலிருந்து தோன்றுவது என்றனர். மார்க்சியத்தை உள்ளிருந்து விமரிசித்தவர்களும் அதன் வெளி யிலிருந்து விமரிசித்தவர்களும் பெரும்பாலும் ஒத்த கருத்துகளை மேற்கொண்டனர்.

இந்தக் கட்டத்தில் தெரிதா என்ற பிரஞ்சு தத்துவவாதி உலகம் முழுவதும் தன்னுடைய கருத்தால் பிரபலமானார். அவர் தான் ஒரு மார்க்சியவாதி அல்ல என்று கூறினாலும் மார்க்சியம் மிகவும் மதிப்புக்குரியது என்று பிரகடனம் செய்தார். *மார்க்சியப் பேய் (ஸ்பெக்டர்ஸ் ஆஃப் மார்க்ஸ்)* என்ற நூலில் மார்க்சின் பேய் தொடர்ந்து உலகைப் பிடிக்கத்தான் செய்யும் என்றும் மார்க்சியக் கட்சிகள் பலவிதமாய் இருக்கலாம் என்றும் கூறினார். இந்தக் கருத்தைத்தான் லெக்லாவும் சந்தால் மாஃபேயும் கூறினர்.

இப்படிப்பட்ட பலவித விளக்கங்களுக்கு மார்க்சியம் உட்பட்டு வந்த கட்டத்தில், மேற்கு ஜெர்மனியும் கிழக்கு ஜெர்மனியும் இணைவதற்குத் தடையாக இருந்த சுவர் உடைக்கப்பட்டதும் சோவியத் ஒன்றியம் தகர்ந்ததும் நடந்தன. இரு அறிஞர்களான தெலுஸூம் கத்தாரியும் இந்தக் கட்டத்தில் *ஈடிப்பஸூக்கு எதிர் (ஆண்டி ஈடிபஸ்)* என்னும் நூலை எழுதினர். இந்த நூல், ஒருவித மனநோய் கொண்டவர்களே இன்றைய முதலாளியத்தின் விளைவு என்றும் அவர்களே முதலாளியத்தை எதிர்க்கும் குறியீடு என்றும் விவாதித்தது பலருக்குப் புதுமையாகப் பட்டது. அத்துடன் ஆசை *(டிஸைர்)* என்ற கருத்து முக்கியமானது என்றனர். *ஆசையைத் துற* என்று பௌத்தச் சிந்தனையும் காந்தியமும் கூறுவது போல, மார்க்சியமும் சில முதலாளிய ஆதரவாளர்களும் பேசிக்கொண்டிருந்த கட்டத்தில் *மனிதனின் இயல்பே ஆசையுடன் இருப்பதுதான்* என்று தெலுஸூம் கத்தாரியும் கூறினர்.

முதலாளியம் மனிதர்களின் ஆசையுடன் தொடர்புடையது என்ற கருத்து பொருளாதாரமே மனிதனை உருவாக்குகிறது; அவனது சரித்திரத்தை அது உருவாக்குகிறது என்ற கருத்தை அடிப்படையிலேயே மறுக்கிறது. மார்க்சியம் என்பதே கார்ல் மார்க்ஸ் எழுதிய *தாஸ் காப்பிட்டல்* நூல் மட்டும்தான் என்ற கருத்தை தெலுஸூம் கத்தாரியும் கூறிய கருத்துகள் மறுத்தன.

ஏற்கனவே பாசிஸ்டுகளின் சிறையிலிருந்து மறைந்த அன்டொனியோ கிராம்சி *தாஸ் காப்பிட்டல்* நூலுக்கு எதிராகப் புரட்சி செய்வோம் என்று கூறி எழுப்பிய முழக்கம் தொடர்ந்து பலரால் வலியுறுத்தப்பட்டது. தெலுஸூம் கத்தாரியும் அடுத்து எழுதிய நூலின் பெயர்: *ஆயிரம் பீடபூமிகள் (தவ்சண்ட் பிலேட்டஸ்)*

என்பது. இந்த நூலில் *ரைஸோம்* என்ற சிந்தனையை முன் வைத்தனர். ரைஸோம் என்பது வேறு ஏதுமல்ல, இஞ்சிவேர் நிலத்துக்கு அடியில் வலைபோல் பின்னியபடி காட்சி தருமல்லவா அதுதான். சிந்தனை என்பது குறிப்பிட்ட பொருளாதார அடிக்கட்டுமானத்திலிருந்து தோன்றுவதோ, மேலிருந்து கீழாகவும் கிடைகோட்டிலும் வரும் என்ற பெர்தெனந்த் தெ சசூர் கருத்துப் போலவோ கிளாட் லெவிஸ்ட்ராஸின் அமைப்புமுறைச் சிந்தனை ஆகவோ அமைவது இல்லை என்றார்கள் இந்த இரு சிந்தனையாளர்களும். ஆனால் இன்றைய முதலாளியத்தை மனிதகுலத்தின் நாசசக்தி என்றும் பயங்கரம் (*டெர்ரர்*) என்றும் வருணித்தார்கள். பெரும்பாலும் மிஷெல் ஃபூக்கோ என்ற அறிஞரின் கருத்துகளில் அதிகார முறையிலும் ஒழுங்குமுறை யிலும் சமூகமும் சிந்தனைகளும் அமைந்திருக்கும் வகைமையை விளக்கியதையும் இங்கு நாம் நினைவுகொள்ள வேண்டும்.

இப்படித் தத்துவவாதிகளும் சிந்தனையாளர்களும் எனப் பல்வேறு முறையில் நூல்கள் எழுதிவந்த அறிஞர்களின் தொடர்ச்சி இன்றும் நீண்டு கொண்டேயிருக்கிறது.

எனினும் முதலாளியத்திற்கான மாற்று பற்றிய சிந்தனை இல்லை. இந்தச் சூழலில் எர்னஸ்ட் லெக்லாவும் சந்தால் மாஃபேயும் உளவியலாளரான லக்கானை சமூக விஞ்ஞானங் களின் ஒரு துறையான அரசியலுக்குப் பயன்படுத்தினார்கள். அந்தச் செயல் ஸ்லவாய் சீஷெக்கைக் கவர்ந்ததன் மூலம் அவரின் சிந்தனைகள் வளர்த்தெடுக்கப்படுகின்றன. அதுபோல் அல்துஸ்ஸர் என்ற அமைப்பியல் மார்க்சியரின் சிந்தனைக்கால் வழியில் வந்த அலென் பட்யூவும் முதலாளியத்தின் மாற்றுவழி என்ன என்று யோசித்ததன் விளைவுதான் புதுக் கம்யூனிசம்.

அமைப்பியலானது தெரிதாவால் கட்டுடைப்புச் செய்யப் பட்டது. அதன்பிறகு அமைப்பியலின் ஒரு பகுதியான கட்டமைப்புத் தான் தகர்ந்ததே ஒழிய அமைப்பியல் சிந்தனையில் இருந்த வேறொரு அம்சம் தகரவில்லை. லக்கான் சார்ந்த பல கருத்துகள் அமைப்பியலில் இருந்தன.

அவை இன்றைய புதுக் கம்யூனிசத் தோற்றத்துக்குக் காரண மாயின என்பதையும் மறக்கக் கூடாது.

பழைய கம்யூனிசமும் புதுக் கம்யூனிசமும்

முன்பு கிராமத்தில் யாரையாவது பயப்படுத்த வேண்டுமென்றால் கம்யூனிசம் என்ற சொல்போதும். பேய், பிசாசு போன்ற சொற்களைப் போல் கம்யூனிசம், கம்யூனிஸ்ட் போன்ற சொற்கள் பயன்பட்டன. அதாவது கம்யூனிசம் ரஷ்யாவில் உண்மையாகவே ஆட்சியைப் பிடித்தது என்று கருதினார்கள். இந்தியாவில் இருந்த பெருமுதலாளிகள் பயந்ததால் ஏழைகளையும் கிராமத்தவர்களையும் பயமுறுத்த செய்தித்தாள்களில் கம்யூனிசம் என்ற சொல்லைப் பயன்படுத்தினார்கள். ரஷ்யாவில் லெனின் கம்யூனிசத்தைக் கொண்டுவர முயன்றார். எனினும் ரோஸா லக்ஸம்பர்க் லெனினைத் தாக்கினார். அதிகமான திட்டமிடலும் ஒழுங்கும் அதிகார வர்க்கத்தின் மீதான சாய்வும் லெனினிடம் இருந்ததென்றும் அக்கருத்துகள் கம்யூனிசத்தைக் கொண்டுவராது என்றும் ரோஸா லக்சம்பர்க் கருதினார். திட்டமிடல் மூலமும் இப்படித்தான் கம்யூனிசம் இருக்குமென்று கூறுவதன் மூலமும் புதுக் கம்யூனிசம் வராது என்கிறார்கள். கம்யூனிசம் ஒரு சாத்தியமின்மையைச் சாத்தியப்படுத்துவது என்கிறார்கள்.

லெனினை ஓரளவு ஏற்றுக்கொண்டாலும் ஸ்டாலினை முற்றாய் புதுக் கம்யூனிஸ்டுகள் ஏற்பதில்லை. ஸ்டாலின் கம்யூனிசத்தை அறியாதவர். லெனின் ஏற்படுத்திய திட்டமிடலையும் பொருளாதார வளர்ச்சியையும் ஆதிக்கம் செலுத்துதலையும் சனநாயகமின்மையையும் தவறாய் கம்யூனிசம் என்று கருதினார். அது கொலையையும் ரகசியத்தையும் போல்பாட்டின் கொலைவெறியையும்தான் உருவாக்கும் என்றனர். உலகம் முழுவதும் நடைபெறும் ஆயுதப் போராட்டங்களில் சில அம்சங்களில் ஸ்டானிலிசமும் போல்பாட்டிசமுமே நடைபெறுகின்றன என்கின்றனர் புதுக் கம்யூனிஸ்டுகள். இதன்மூலம் சைனா, தியனன்மென் சதுக்கம், வடகொரியாக் கம்யூனிசம் போன்றவற்றை மறுக்கும் புதுக் கம்யூனிஸ்டுகள் முற்றிலும் வன்முறையை மறுக்கவும் இல்லை. ஏனெனில் முதலாளியம் மனித வரலாறு காணாத கொலைகளையும் ஆட்சிக் கவிழ்ப்புகளையும் வன்முறையையும் செய்துள்ளது. நம் கண்முன் ஈராக்கில் எண்ணெய் திருட அமெரிக்கா புரிந்த கொடுமை மீண்டும் மத்திய ஆசியாவை பெரிய பிரச்சினைக்குள் ஆழ்த்தியுள்ளது. தேச அரசுகள் மூலம்

முதலாளியம் உலகமெங்கும் எத்தனை யுத்தங்களை நடத்தி யுள்ளன? யுத்தங்களுக்குக் காரணம் முதலாளியமும் தேச அரசுகளும். புதுக் கம்யூனிசம் தேச அரசுகளை அழிப்பதாகும். 'அரசுகள் உதிர்ந்துவிடும்' (ஸ்டேட்ஸ் வில் விதர் அவே) என்ற மார்க்சின் பொன்மொழியைப் புதுக் கம்யூனிஸ்டுகள் ஏற்கின்றனர். சிலவேளை மார்க்சியத்தைவிட பின்னை மார்க்சியத்தை (போஸ்ட் மார்க்சிசம்) ஏற்கும் புதுக் கம்யூனிஸ்டுகள் மார்க்சியத்தில் நிறைய வழிகாட்டுதல்கள் உண்டு என்கிறார்கள். ஒரே ஒரு வழிகாட்டுதல் என்ற பழைய கம்யூனிஸ்டுகளை மறுக்கின்றனர். *பாரிஸ் கம்யூன், பிரான்சில் வர்க்கப் போராட்டம்* போன்ற மார்க்சின் நூல்கள் முக்கியமானவை என்கிறார்கள் புதுக் கம்யூனிஸ்டுகள். இவற்றை மரபுக் கம்யூனிஸ்டுகள் ஏற்றுக்கொள்ளவில்லை என்பது மார்க்சியத்தைப் படித்தவர்களுக்குத் தெரியும். மார்க்சியத்தைப் பாடநூலாகவோ விதிகளின் தொகுப்பாகவோ புதுக் கம்யூனிஸ்டுகள் பார்க்கக்கூடாது என்கிறார்கள்.

இப்போதைக்குக் கட்சி கட்டுவது, செயல் நடைமுறைகளைத் தீர்மானிப்பது போன்ற எந்தத் திட்டத்தையும் மேற்கொள்ளாது பெரும்பாலும் தத்துவ இயக்கமாக நடத்தி வரப்படும் புதுக் கம்யூனிசம் 'தெரியும்' என்று சொல்வதைவிட 'தெரியாது' என்று அதிகம் சொல்கிறது. புதுக் கம்யூனிசக் கருத்துகளைத் தன்னுடைய தத்துவ நூலான *இருப்பும் நிகழ்வும்* (பீயிங் அண்ட் இவண்ட்) என்பதன் அடிப்படையில் வளர்த்தெடுத்து, பரப்பி வருவதில் பெரும்பங்கு வகித்தவரான அலென் பட்யூவிடம் ஒருமுறை கம்யூனிசம் வருமா என்று பிபிசி செய்தியாளர் ஒரு பேட்டியில் கேட்டபோது 'எனக்குத் தெரியாது' என்ற பதிலைக் கூறினார். அதன்பிறகு பெரிய தத்துவ உரைபோல் 'எனக்குத் தெரியாது' என்ற வாசகம் பரவியது.

மரபுக் கம்யூனிசமும் சோவியத் ரஷ்யாவும் செய்த மிகப்பெரிய பிழை அரசு எந்திரம் தற்காலிகமானது என்பதைப் புரியாதது. சோவியத் ரஷ்யாவில் அரசு எந்திரமும் தேச அடையாளங்களின் அழிவும் அமெரிக்க முதலாளியத்தால் எதிர்மறையாய் தீர்மானிக்கப் பட்டன. அமெரிக்கா, முதலாளியத்தைக் காப்பாற்ற பல நாடுகளின் தேசியத்தைப் பயன்படுத்தியது. இந்தியா சுதந்திரம் பெறுவது மனித சமுதாய வரலாற்றில் முற்போக்கான செயல்;

அதுபோல் நேரு சோசலிச மாதிரியில் சமைக்க விரும்பிய இந்தியா முற்போக்கான தேசியமாகும். ஆனால், தேசியங்களுக்குள் முதலாளியம் ஊடுருவி உலக வரலாற்றைச் சிக்கலாக்கியது. எல்லா தேசியங்களும் முற்றாய் உதிரும் என்ற 'சாத்தியமற்றது சாத்தியமாகும்போது' தான் தேச அரசுகள் என்ற அமைப்பு வலிமையற்றதாகும். இன்று முதலாளியம் அறிவைக்கூட மிகவும் சிக்கலாக்கிவிட்டது. எனவேதான் தெரிதா போன்ற தத்துவவாதிகள் கட்டுடைப்பு என்ற தத்துவத்தைப் பயன்படுத்தி எல்லாவித உறுதித் தன்மைகளையும் ஐயத்துக்கு உட்படுத்திய பின்புதான் மீண்டும் புதுக் கம்யூனிசச் சிந்தனைகள் உலகம் எங்கும் பரவு கின்றன என்பதை நாம் அறியவேண்டும்..

புத்தொளிக் காலச் (என்லைட்மெண்ட்) சிந்தனைகளான முழுமை (டோடாலிடி) மனிதாபிமானம், ஒழுங்கு (ஆர்டர்) ஓர் அமைப்பு இன்னொன்றுடன் ஒட்டி அதன் பொறுப்பில் இருக்கிறது என்பது போன்ற சிந்தனைகள் தெரிதா, தெலுஸ்-கத்தாரி, அலென் பட்யூ, சீஷெக், ரான்சியர் போன்ற பல்வேறு நவீன மார்க்சிய சிந்தனையாளர்களால் ஏற்கப்படுவதில்லை. அல்துஸ்ஸரின் மார்க்சியம் ஒரு விஞ்ஞானம் என்ற கூற்று மறுக்கப்பட்டாலும் அல்துஸ்ஸரின் கருத்துருவம் பற்றிய லக்கான் சார்ந்த கருத்துகளைப் புதுக் கம்யூனிசம் ஏற்கிறது. புத்தொளிக்கால முழுமை மனிதாபிமானம், ஒழுங்கு போன்ற சிந்தனைகளால் ஏற்பட்ட அழிவும் சோவியத் ஸ்டாலினிசமும் உலகமெங்கும் பரவிய ஆயுதப் போராட்டம் என்ற மனித அழிப்பும் அர்த்தமற்ற தியாகங்களும் புதுக் கம்யூனிசத்தால் கேள்விக்குட்படுத்தப்படுகின்றன.

இந்தியா போன்ற நாடுகளில் புத்தொளிக் காலத்தை முற்றாய் ஒதுக்க முடியாதென்கிற வங்காள அறிவுஜீவி காயத்திரி சக்கரவர்த்தி ஸ்பிவக் போன்றோர் நவீன எதிர்ப்பு வடிவங்களையும் கல்வியையும், சமத்துவத்தையும் மூன்றாமுலகில் பரப்பியதில் புத்தொளிக் காலத்துக்குப் பங்கு இருக்கிறது என்கிறார்கள். பெரியார் என்ற தமிழகத்தின் அபூர்வ புத்திஜீவி புத்தொளியின் விளைவு. எனவே புத்தொளிக் காலம் பரப்பிய 'கட்டுப்படுத்தும் அறிவு' வடிவங்களை மட்டும் நாம் நிராகரிக்கக் கற்கவேண்டும். புத்தொளிக்காலம் தந்த மனித சுதந்திரம் பற்றிய நல்ல அம்சங் களை மறுக்க முடியாது.

எல்லாவற்றையும் சந்தேகப்படுதலும் எந்த விஷயமும் முற்றானதல்ல என்ற கருத்தும் புதுக் கம்யூனிசம் தோன்றிய தத்துவப் பின்புலமாக இருக்கிறது. மூன்றாமுலகத்தில் பரவிய பொதுவுடைமைக் கருத்துகள் இங்கிலாந்தின் புத்தொளி சார்ந்து பரவியதால் இன்று மேற்கு வங்காளத்திலும் பிற இடங்களிலும் அழிக்கப்பட்டுவிட்டன. அதாவது சோவியத் ரஷ்யாவில் கருதியது போல் அரசு எந்திரம் இறுதிவடிவம் என கம்யூனிஸ்டுகள் கருதக் கூடாது. எனினும் அந்தக் கருத்தே உலகம் முழுவதும் கம்யூனிஸ்டுகள் மத்தியில் பரவியது.

மாவோவை எப்படிப் புதுக் கம்யூனிஸ்டுகள் அணுகுகின்றனர்? சைனாவின் அரசையும் அரசாங்கத்தையும் பாதுகாத்த மாவோவைப் புதுக் கம்யூனிஸ்டுகள் ஏற்காவிட்டாலும் பண்பாட்டுப் புரட்சி (கல்சுரல் ரிவோல்யூசன்) ஏற்படுத்திய மாவோவை ஏற்கின்றனர். மார்க்சின் அரசு எந்திரம் உதிரும் என்ற கருத்தை மாவோ நடைமுறைப்படுத்த விரும்பியவர். ஆனால் இன்றைய உலக அமைப்பில் அது முடியாது என்று அறிந்ததால், ஒரு நாட்டில் கம்யூனிசம் என்ற கோட்பாட்டை ஏற்று சீன மாதிரியில் கம்யூனிசம் வரட்டும் என்று கருதி இருக்கிறார் மாவோ என்கிறார்கள். மாவோவுக்குள், சேக்குவாராவுக்குள், இருந்த உலக மனிதன் என்ற அம்சத்தைப் புதுக் கம்யூனிஸ்டுகள் சிந்திக்கத் தொடங்கி யுள்ளனர்.

ஜெர்மனியில் பிறந்து அங்கு ஹிட்லர் வந்துவிட்டதால் அமெரிக்காவுக்குச் சென்று மார்க்சியத்தைச் சுதந்திரமாய் அறியவும் படிக்கவும் பரப்பவும் செய்த ஹெர்பர்ட் மார்க்யூஸ் என்ற அறிஞர் சோவியத் ரஷ்யாவில் உள்ள கம்யூனிசத்தை முற்றாய் எதிர்த்தவர். உடனே சோவியத் ரஷ்யா அவரைக் குழப்பவாதி என்று கண்டித்து நூல் எழுதி அன்றைய சோவியத் நூல் விற்கும் கடைகள் மூலம் இந்திய நகரங்களிலும் பரப்பியது. ஆனால் இப்போது பிராங்க்ஃபர்ட் பள்ளி மார்க்சியக் கருத்துகளால் பயனடைந்துள்ள புதுக் கம்யூனிஸ்டுகளைப் பார்க்கும்போது மார்க்யூஸ் முதலாளியத் தால் நவீன சமூகத்தின் மனிதன் ஒற்றைப் பரிமாணமுள்ள மனிதனாய் எந்திரம்போல்—மாறிக்கொண்டிருக்கிறான் என்று கூறியது சரியான கருத்து எனத் தெரிகிறது. எனவே அப்படி அடிமையாக்கப்பட்ட எந்திரமாய் மாறிய மனிதனின் மனவுலகம்

அமைப்புகளிலிருந்து முற்றாய் விடுதலை பெற்று எழுகிறது என்ற குரல் ஹெர்பர்ட் மார்க்யூசின் அன்றைய கருத்துகளின் உண்மைத் தன்மையை வலியுறுத்துகிறது. கட்டுப்பெட்டியாய் அங்கு இங்குப் பார்க்காதே என்று சில வீடுகளில் குழந்தைகளை வளர்ப்பது போல் வளர்க்கப்பட்ட மார்க்சியத்தை இன்றைய இறுகி உறைந்துபோன கம்யூனிஸ்டுக் கட்சிகளிடமிருந்து மீட்க ஹெர்பர்ட் மார்க்யூசின் கருத்துகளும் மிகவும் பயன்படும்.

புதுக் கம்யூனிசத்தின் கருத்துகளைக் கட்டுப்பெட்டி கம்யூனிஸ்டுகள் தங்களைச் சுயபரிசீலனை செய்து புதுக்காற்றை ஏற்கமுன் வர வேண்டும்; புதிய விவாதங்களை உருவாக்க வேண்டும். உலகின் இன்றைய சூழல் சரியில்லை. அணுஆயுதப் பெருக்கமும் புவி வெப்பமாதலும், குளோனிங் மூலமாய் மனிதன் மறுவுற்பத்தி செய்யப்படுவதும் புதுப் பிரச்சினைகளாய் வந்துள்ளன. அணு ஆயுத யுத்தம் உலகை எப்போதும் அழிக்கலாம். பழைய கம்யூனிசத்தை அரசு எந்திரங்களுக்கு ஏற்ப வடிவமைத்திருக்கும் கட்சிகள் தங்கள் இறுதிக் குறிக்கோளை மீண்டும் நினைவு கொள்வதற்கு இப்போது ஒரு நல்வாய்ப்பு ஏற்பட்டுள்ளது. சோர்ந்திருக்கக்கூடிய கட்சிகளின் தொடக்க இலட்சியங்கள் சரியானவை என்ற புதுக்குரல் கேட்கிறது. கட்சிகள் சுய விமரிசனத்துக்குத் தயங்கக்கூடாது.

வரலாறும் புதுக் கம்யூனிசமும்

இரண்டுவிதமாக வரலாறு பற்றிய சிந்தனைகளைப் பிரிக்க வேண்டும்.

ஒன்று, மரபு மார்க்சிய ஆய்வுகள் வரலாற்றை அணுகியிருக்கும் முறையியல். சார்லஸ் டார்வினுடைய பரிணாம வளர்ச்சி (*இவால்யூசனரி குரோத்*) என்ற கருத்து சமூக விஞ்ஞானங்களிலும் பரவியது. அன்று சென்னைவரை டார்வினின் கருத்துகள் லண்டனிலிருந்து பரவிய செய்தி சென்னை லௌகீகச் சங்கம் நடத்திய *தத்துவ விவேசினி* இதழ்களில் தெரிகிறது. பரிணாம வளர்ச்சி என்பது அறுபதுகளிலிருந்து மார்க்சிய விளக்கமாய் தமிழகத்தில் பரவியது. முதலில் ஆதிவாசி சமூகம் பின்பு நில பிரபுத்துவம், அதன் பிறகு முதலாளித்துவம் என்று ஒழுங்கான நம் விருப்பப்படியான உலக வரலாறு ஒன்று அமைந்திருக்கிறதென்று

விளக்கினோம். உலக வரலாறு யாருடைய விருப்பப்படியும் அமையாது. எங்கெல்ஸ் கருத்துகள் இவை. இயங்கியலையும், வரலாற்றுப் பொருள்முதல்வாதத்தையும் எங்கெல்ஸ் இப்படி வடிவமைத்தார். இப்படிப்பட்ட ஒருமுகப்பட்ட வளர்ச்சி (*லீனியர் குரோத்*) உண்மைக்குப் புறம்பானது. உண்மை ஒழுங்குபடி அமையாது. அது குழப்பமானது; கரடுமுரடானது. புதுக் கம்யூனிசம் ரோஸா லக்சம்பர்கின் சிந்தனை போல் லெனினின் ஒழுங்குபட்ட கம்யூனிச மாற்றம் என்ற கருத்தை விமரிசிப்பதை ஆதரிப்பதால் இத்தகைய ஒருமுகப்பட்ட வரலாற்றை ஏற்பதில்லை. வரலாறு குழப்பமானது. எந்தக் கட்டத்திலும் வரலாற்றுக்குள் நுழைந்து அதை மாற்றலாம். அதாவது படிப்படியாகவும் ஒழுங்காகவும் வரலாறு மாறும் என்பதைப் புதுக் கம்யூனிசம் ஏற்கவில்லை.

இரண்டாவது, கருத்துக்கு வருவோம். அலென் பட்யூவிடம் வெளிப்படும் கருத்து இது: அவர் இரண்டு விதமாய் பிரிக்கிறார். பிரஞ்சுப் புரட்சியையும் பாரிஸ் கம்யூனையும் வரலாற்றுக் கட்டங்களாய் பார்க்கிறார். உலகம் தோன்றியதிலிருந்து வரும் சரித்திரம் என்ற கற்பனைக் கதையை நம்புவதில்லை. அதாவது 1792இலிருந்து 1871 வரையுள்ள காலகட்டம் ஒரு தொடர்ச்சி என்கிறார். இந்த இரண்டு ஆண்டுகளில் 1792இல் வெகுசன இயக்கம் வந்ததும் 1871இல் இருந்த அமைப்பு பிரான்சில் தூக்கி வீசப்பட்டதும் நடைபெறுகின்றன என்கிறார். அலென் பட்யூ அவரின் இன்னொரு காலகட்டப் பிரிவு சோவியத் புரட்சி நடந்த 1917இலிருந்து 1976 வரை. முதல் ஆண்டு போல்ஷ்விக் புரட்சி நடந்த ஆண்டு. இரண்டாவது ஆண்டு சீனாவின் கலாச்சாரப் புரட்சியும் உலகம் முழுதும் நடந்த புரட்சிகர எழுச்சியும் (*மிலிடண்ட் அப்சர்ஜ்*) வந்தன என்கிறார். அதாவது 19ஆம் நூற்றாண்டிற்கு முன்பு கனவு என்றும் உட்டோபியா என்றும் யூகம் என்றும் கருதப்பட்டது நிஜமாக்கப்பட்ட இரண்டு கட்டங்கள் இவை என்று கம்யூனிஸ்டு யூகத்துக்கு இனி வாய்ப்பில்லை என்று கொக்கரித்த அன்றைய பிரஞ்சு அதிபர் சார்க்கோஸிக்குப் பதிலளிக்கிறார். கம்யூனிஸ்ட் யூகம் (*கம்யூனிஸ்ட் ஹைபோதீசிஸ்*) என்ற *நியுலெஃப்ட் ரிவ்யூ* வெளியிட்ட கட்டுரையில் இந்த விஷயங்களை முன் வைத்தார் அலென் பட்யூ.

அதாவது வரலாறு என்பது ஒழுங்கானதல்ல. ஒன்றை அடுத்து வரும் இன்னொரு சமூக அடுக்கு அல்ல. சமூக நிகழ்வுகள் தர்க்கத்துக்கும் விதிமுறைக்கும் உட்பட்டவையல்ல. ஆரம்பத்தில் சிறியதாயும் பின்னர் மெதுமெதுவாய் கிரமமாய் வரிசையாய் காலமுறையில் வளர்வது என்ற கற்பனைக்கதை இங்கு நடப்ப தில்லை. முதல் நிகழ்ச்சி 1792-1871 நடந்து முடிந்ததற்கும் இரண்டாம் நிகழ்ச்சி (1917) தொடங்குவதற்கும் இடையில் சுமார் 40 வருடங்களில் கம்யூனிசம் யூகம் செய்யப்பட்டதால் 1917இல் போல்ஷ்விக் புரட்சி வந்தது. அது 1970இல் முடிகிறது. 1970இலிருந்து நாம் இன்னொரு கட்டத்தில் இருக்கிறோம் என்கிறார் அலென் பட்யூ. ஆனால், ஏகாதிபத்தியம் பரவிய இருபதாம் நூற்றாண்டில் வந்த தொழிலாளர் அமைப்புகள், சோசலிசம், புரட்சிகள் எல்லாம் பயனற்றவையாகப் போய் விட்டன என சோவியத் மற்றும் சீனப் புரட்சிகளையும் பிற புரட்சிகளையும் அலென் பட்யூ நிராகரிக்கிறார். ஆனால் இவை ஒரு திசைவழியைக் கற்பிக்கத் தவறவில்லை. அதிலிருந்து ஒரு பாடத்தை எப்படிப் படிப்பது என்பதுதான் கேள்வி என்கிறார். எனவே வரலாறு என்பது தற்காலம்தான் என்று அறிவுறுத்துகிறார். தற்காலம் போல் பழங்காலத்தையும் பார்ப்பதுதான் என்கிறார்.

அதாவது புதுக் கம்யூனிசச் சிந்தனை என்பது இன்றுவரை உலகம் கண்ட எல்லாத் தத்துவம், கோட்பாடு, உளவியல் ஆய்வு எனப் பின்நவீனத்துவம் வரை எல்லா மேற்கத்திய, கிழக்கத்திய சிந்தனைகளின் முக்கியமான அம்சங்களை உட்கிரகித்துத் தோன்றியதாகும் எனலாம்.

கம்யூனிசத்தின் நிஜத்தன்மை

கம்யூனிசம் பற்றி பழைய மார்க்சியத்திலும் சோவியத் மற்றும் சீனாவின் தலைமையிலான கம்யூனிசக் கட்சிகளிலும் பேசப் பட்டவை பொய்யான கம்யூனிசம், இப்போது பேசப்படுவதுதான் நிஜக் கம்யூனிசம் என்கின்றனர். அமெரிக்காவில் வேலை பார்க்கும் பேராசிரியரான புரூனோ பாஸ்டீல் என்பவர் கம்யூனிசத்தின் நிஜத்தன்மை (அக்ச்சுவாலிடி ஆஃப் கம்யூனிசம்) என்று சிவப்புநிற அட்டை யுடன் ஒரு நூல் வெளியிட்டுள்ளார். ஜோடி டீன் என்ற அமெரிக்காவின் இன்னொரு பேராசிரியரும் இன்னொரு

சிவப்புப் புத்தகத்தை இந்தப் புதுக் கம்யூனிசம் பற்றி விளக்க வெளியிட்டுள்ளார்.

நவீன தமிழ்மொழியில் மேற்கத்திய தத்துவக் கருத்துகள் அதிகம் சுயமாய் சொல்ல முடியாத தன்மை உள்ளதால் புதுக் கம்யூனிசம் தன் நிஜத்தன்மையை விளக்கப் பயன்படுத்தும் பல கருத்துகள் சொல் விளையாட்டுப் போல தென்படலாம். 'அன்டாலஜி' என்கிற 'தோற்றவியல்' (இது எப்பிஸ்டமாலஜி என்கிற 'அறிவுத் தோற்றவியல்' அல்ல) கம்யூனிசத்தின் நிஜத் தன்மையை விளக்கத் தேவையானதாகும். ரான்சியர் என்ற பிரஞ்சு தத்துவவாதி, அல்துஸ்ஸருடன் சேர்ந்து அவருடைய ஆய்வு வட்டத்தில் இருந்த மாணவர். இப்போது பல்காலத்துக்குப் பிறகு மிகப் பெரிய தத்துவவாதியாக மிளிர்கிறார். இவர் அழகியல் என்பது கலை இலக்கியத்தில் இருப்பது மட்டுமல்ல என்பார். இவர் புதுக் கம்யூனிசம் நிஜமானது; ஏனெனில் அது 'தோற்றவியல்' மூலம் அறிந்துகொள்ளக்கூடியது என்கிறார்.

அலென் பட்யூ கம்யூனிசம் என்பது ஒரு 'கருத்து' என்பார். (தமிழில் கருத்து என்றால் வரும் பொருள் அல்ல இவர் சொல்லும் கருத்து). அதாவது பட்யூவின் கருத்தை விளங்கிக்கொள்ள நாம் இம்மானுவல் கான்ட் என்ற ஜெர்மன் கருத்துமுதல்வாதத் தத்துவவாதியிடம் செல்ல வேண்டும். கருத்துமுதல்வாதமா என்று பழைய கம்யூனிஸ்டுகள் காலைப் பின்வைப்பார்கள். இன்றைய புதுக் கம்யூனிஸ்டுகளில் பொருள்முதல்வாதிகள் இருந்தாலும் அவர்களில் சிலர் கருத்துமுதல்வாதம் பொருள் முதல்வாதம் பிரிவினையை எளிமைப்படுத்தி ஒதுக்குவதில்லை. உதாரணமாக சீஷெக் அவர்கள் கான்ட், ஹெகல், ஷில்லர் ஆகிய மூன்று ஜெர்மன் கருத்துமுதல்வாதிகளையும் (ஜெர்மன் ஐடிலலிஸ்ட்) தான் சொல்லும் கருத்திற்குப் பின்னணியும் அழுத்தமும் தருவதற்காகப் பயன்படுத்துகிறார். சரி, பட்யூ சொல்லும் விஷயத்துக்கு வருவோம். தத்துவவாதி கான்ட் கருத்துப்பற்றி விரிவாகப் பேசுகிறார். நாம் அதற்கெல்லாம் போகத் தேவையில்லை. வரையறுக்கப்பட்ட கருத்து (ரெகுலேடிவ் ஐடியா) என்றொரு கருத்தாக்கம் கான்டிடம் காணப்படுகிறது. அதன் பொருள் செயல்படும் கருத்து அல்லது பயன்படு கருத்து என்பதாகும். அந்த அர்த்தத்தில் கம்யூனிசம் ஒரு கருத்து என்று தத்துவவாதியும் முன்னாள் மாவோயிஸ்டுமான

அலென் பட்யூ கூறுகையில் கம்யூனிசம் ஒரு பயன்படு கருத்து என அறிகிறோம். இதுதான் அதன் நிஜத் தன்மை.

தத்துவங்களின் வரலாற்றைப் பற்றிக் கூறுகிறவர்கள் உலகிலுள்ள பொருள்களை நாம் நம் மனவுணர்வு, இயல்பு, உளவியல், பரம்பரை, மொழிவரலாறு போன்றவற்றிற்குத் தக்க முறையில்தான் புரிந்துகொள்ள முடியும் என்பார்கள். அதாவது நாம் ஊகம் (*ஸ்பெகுலேடிவ்*) செய்துதான் புறவுலகைப் புரிந்து கொள்ளலாம். இதுபோல் புதுக் கம்யூனிசம் *ஸ்பெக்குலேட்டிவ்* என்ற ஊகச் சிந்தனை கொண்ட இடதுசாரிகளால் (*ஸ்பெகுலேடிவ் லெஃப்டிஸ்ட்ஸ்*) அமைவு (கட்சி) பெறும் என்கிறார்கள். தத்துவக் கருத்துகள் பல ஆயிரம் ஆண்டுகளாய் பயிலப்படும் மேற்கத்திய நாடுகள் போல் இத்தகைய தத்துவக் கருத்துகள் வளராத நாடுகளில் (தமிழிலும்) புரிந்துகொள்ளப்பட மாட்டா. கேலி செய்யக்கூட சிலர் தயங்கமாட்டார்கள்.

சீஷெக், புதுக் கம்யூனிசத்தின் நிஜத்தன்மை பற்றிக் கூறுகையில் லெனினை உதாரணம் காட்டுகிறார். லெனின் இதுவரை சரித்திரத்தில் இல்லாத சமூகத்தைக் கட்டும்போது நாம் தோல்வி காண்போம்; அப்போது கவனமாகப் பின்வாங்கவேண்டும் என்கிறார். மீண்டும் மீண்டும் மலை ஏறுபவன் தன் இலட்சியத்தை அடையும் வரை பின்வாங்கிப் பின்வாங்கிப் பல்வேறு பாதை களில் மேலும் மேலும் முன்னேறி இறுதி இலட்சியத்தை அடைவான் என்கிறார் லெனின்.

லெனினை மேற்கோள்காட்டி, அதாவது 'தொடக்கத்திலிருந்து தொடங்க வேண்டும்' (*டு பிகின் ஃப்ரம் த பிகினிங்*) என்பதுதான் புதுக் கம்யூனிசத்தை நிஜமாக்கும் முறை என்கிறார் சீஷெக். இங்கு சீஷெக், பெக்கட் என்ற நவீனத்துவகால இலக்கியவாதியின் (நாடகாசிரியர்) 'மேலும் முயலுங்கள், மேலும் தோல்வி அடையுங்கள், சரியாய் தோல்வி அடையுங்கள்' என்ற மேற்கோளைத் தருகிறார் (பார்க்க: சீஷெக், *'ஹவ் டு பிகின் ஃப்ரம் த பிகினிங்'* என்னும் கட்டுரை).

புருனோ பாஸ்டீல் தத்துவத்துறையில் பயன்படும் 'தோற்றவியல்' மூலமே இதுவரையில்லாத சிந்தனையான கம்யூனிசம் பற்றிச் சிந்திக்க முடியும் என்கிறார். அதுபோல் புதுக் கம்யூனிசம் எப்படி

நிஜமான கம்யூனிசம் (*அக்சுவல் கம்யூனிசம்*) ஆகும் என்று சில எண்ணங்களைப் பட்டியலிடுகிறார் பாஸ்டீல்.

1. புதுக் கம்யூனிசம் அனைத்துலகம் முழுமையாய் இணைகையில் ஏற்படும்; எங்கும் தனிச்சொத்து இல்லை.
2. இன்றிருக்கும் உலக அமைப்பை முழுதும் நிராகரிக்கும்.
3. மார்க்சியம், லெனினியம், மாவோயிசம் என்னும் போலீஸ் சிந்தனைகளை ஏற்கமுடியாது. புதுக் கம்யூனிசம் கற்பித இடதுசாரிகளால் கொண்டுவரப்படும் (*சிலர் இந்தக் கருத்துகளில் மாறுபடவும் செய்வர்*).
4. புதுக் கம்யூனிசம் வரலாற்றுக்குள் நடப்பதல்ல; வரலாற்றுக்கு வெளியில் (*எஹிஸ்டாரிகல்*) நடப்பது.

2
மீண்டும் ஞானக்கூத்தன்

(ஞானக்கூத்தன் மரணத்திற்குப்பிறகு அவர்பற்றிக் கட்டுரைகள் வந்து கொண்டிருக்கின்றன. என்னுடைய, கவிதைபற்றிய கட்டுரைகளை அவர் தொடர்ந்து படித்துவந்தார். ஒரு பெண் கவிஞர் அவர் இன்றுபோல் பிரபலமாவதற்கு முன்பு நான் அவர் பற்றி எழுதியுள்ளேன் என்று கூறியபோது அதைப் படிக்க விரும்புகிறேன் என்றார். எழுபதுகளில் அதுவரையில்லாத விதமாக அவருடைய எட்டுக் கவிதைகள் (கசடதபற இதழ்) பிரசுர மான போது அவை மூலம்தான் தமிழ் நவீனக் கவிதையின் சரித்திர ஆய்வுக்கு நான் உந்துதல் பெற்றேன். அவரின் எழுத்து மூலம் பல விசயங்கள் நான் அறிந்தேன். அவருக்கான அஞ்சலியாக வாசகர்கள்முன் இதுவரை அவர் படிக்காத, பத்து வருடங்களுக்கு முன்பு நான் எழுதிய, இந்தக் கட்டுரையைக் கொண்டு வருகிறேன்.)

இலக்கியம் என்றால் என்ன என்ற கேள்வி தொடர்ந்து கேட்கப்பட்டுக் கொண்டிருக்கும். சில மேற்கத்திய தத்துவவாதி களையும் இலக்கியவாதிகளையும் இணைத்துப் படிக்கும்போது கிடைக்கும் விடையும் கிழக்கத்திய மதம், கவிதைக் கோட்பாடு, யாப்பிலக்கணங்களின் தாத்பர்யங்கள் போன்றவையும் பொருந்திப் போகின்றன. பொத்தம்பொதுவாகச் சொல்வதென்றால் அழகியலுக்கும் மொழிக்கும் தத்துவச் சிந்தனைகளுக்கும் மதத்துக்குமான பொருத்துக் கண்ணி, அசாத்தியமானதைச் சாத்திய மாக்கும் மனிதப் பிரயத்தனமாகும். இலக்கியத்தின் உச்சபட்ச முயற்சிகளை மேற்கொண்டிருந்தவர்களும் மேற்கொண்டிருப்பவர் களும் இந்தவித அசாத்தியத்தைச் சாத்தியப்படுத்தும் மனிதப் பிரயத்தனத்தை நம்பியவர்கள்தாம். வாழ்வு, பிறப்பு, சாவு,

கடவுள், ஞாபகம், கற்பனை, எழுத்து இவை எல்லாவற்றுக்கும் அடியோட்டமாய் அமைந்திருப்பதும் இந்த எல்லைமீறல் என்ற அர்த்தத் தேடல்தான். ஆம், எல்லைமீறுதல் வாழ்வின் அர்த்தம். தத்துவத்தின் இந்த வகை மனப்போக்கு அடியோட்டமாய் இருப்பது தத்துவ வரலாற்றைப் படிக்கும்போது வெளிப்படுகிறது.

கலை, இலக்கியம் பற்றித் தத்துவவாதிகள் தொடர்ந்து தங்கள் சிந்தனையின் பகுதியாக எழுதிவருவது இதனால்தான். தத்துவ அக்கறையற்ற அழகியல், வெறும் குறுகிய கலையாகவோ, குறிப்பிட்ட நோக்கை முன்வைத்து உருவாக்குவதாகவோ அமைந்து தன் உயர் எல்லையைத் தவறவிடும். உயர் எல்லையில் சஞ்சரிக்கும் கலை, குறுகிய நோக்கங்களை வைத்திருந்தாலும் தவறுசெய்யாது. குறுகிய எண்ணங்களை உயர்ந்த வடிவங்களாக்கும் கலைமொழியின் சாமர்த்தியம் இது. புரிதல் அல்லது புரியாமை என்று மட்டும் கலையை விளக்கமுடியாது. எளியதில் எப்போதும் புரியாமையும் புரியாமையிலும்கூட எளிமையும் இருக்கலாம். இதை விவாதித்துக்கொண்டிருப்பது கலை பற்றிய முக்கிய விவாதத்தை வழிமாற்றும் அபாயம் கொண்டதாக இருக்கும். எனக்குக் குறிப்பிட்ட விதமான ஒரு புரியாமை மீதே கவர்ச்சியிருக்கிறது. இன்றைய சூழலில் இப்படித்தான் எழுத முடியும். அறியமுடியாததை அறிவதில் முடிவு கிடைத்துவிட்டால் அது விஞ்ஞானமாகிறது. அறிய முடியாதது தொடர்ந்து அப்படியே இருந்து கவர்ச்சியுடன் விளங்கினால் தத்துவமாகவோ அழகியலாகவோ எஞ்சுகிறது. அறியமுடியாமை நித்தியமாகுமோ என அஞ்சும் தருணம் தத்துவ, கலை இலக்கியச் செயற்பாட்டின் தொடக்கம். உயர்ந்த கலை இலக்கியம் இப்படிப்பட்ட எண்ணங்களை ஏற்படுத்தும் வல்லமை கொண்டதாகவே இருக்கும். இப்படியான தத்துவ அடிப்படை கொண்ட அக்கறை, வெறும் வார்த்தை விளையாட்டாகச் சிறுமைப்படாமலிருக்க இந்தத் தத்துவக் கரிசனையை மொழியுடன் இணைக்கவேண்டும்.

மொழியில் தன்மை (நான்), முன்னிலை (நீ) சார்ந்த தளங்கள் வெறும் எதிர்வடிவம் மட்டும் கொண்டிருப்பது இல்லை. பல்வேறு கோணங்களில் உறவு கொண்டவை இவை. இருவராய் இந்தத் தளங்கள், அதாவது நான், நீ என்ற சங்கேதங்களால் அடையாளப்படுத்தப்படும் போது இருவரின் உலகம் சார்ந்த

பன்முகக் குரல்களின் சங்கமம் ஆகிறது மொழி. வரையறைப் படுத்தும்போது இலக்கணமாகிறது; வரையறைப்படுத்தாதபோது தத்துவமாகவும் அழகியலாகவும் ஆகிறது. தத்துவமும் அழகியலும் தற்சமய நோக்கம்.

மொழிக்கான அடிப்படை ஓசை. யாப்பு என்று மரபுக் கவிதைகளில் அமைந்திருக்கும் ஓசை, சற்று மழுங்கடிக்கப்பட்ட ஓசை. பெரிய ஆளுமைகொண்ட கவிஞர்கள் இந்த ஓசையைப் புதியதாக்க முடியாதென்பதில்லை. இருபதாம் நூற்றாண்டில் எழுபதின் தொடக்கத்தில் தமிழில் ஓசை ஒருவித புதிய கவிச் செயலைச் செய்ய முனைந்தது. அதுவரை இல்லாத பொருள் தளத்தை உருவாக்கச் செய்யப்பட்ட முயற்சி. அசாத்தியமானதை உருவாக்க மேற்கொண்ட முயற்சி. தற்காலத்திலிருந்து எதிர் காலத்தை, ஓசை, சொற்கள் போன்றவை மூலம் அடையும் முயற்சி. அதாவது தற்காலமும் எதிர்காலமும் கொள்ளும் சங்கமம் எனலாம். தற்காலத்துக்குள் எதிர்காலத்தை அடைப்பது அசாத்தியத்தைச் சாத்தியமாக்குவதுதானே. ஒரு மீறலில் அர்த்தம் காண்பதுதானே. 'கனவிலும் மனிதன்போலத் தோன்றினால் மனிதன்தானா?' இந்த வரிகள் கேட்கும் கேள்விக்கு விடை கிடையாது.

ஆனால், இதுவொரு அர்த்தபூர்வமான கேள்வி என்று எல்லோரும் ஒப்புக்கொள்வோம். கேள்வி அர்த்தபூர்வமானதாக இருந்தால் விடை ஒன்று இருக்கும். இங்கு விடையில்லை. ஆக, ஓர் அர்த்தத்திற்கும் ஓர் அர்த்தமின்மைக்கும் இடையில் ஏற்படும் தளத்தில் இந்தக் கேள்வி சஞ்சரிக்கிறது. ஆனால், இந்தக் கேள்விக்கென்று ஒரு நோக்கமில்லை. அதாவது இந்தக் கேள்வி சாதாரண மொழிச் செயல்பாடான ஒரு கேள்வியில்லை. இந்தக் கேள்வியைப் புரிந்துகொள்ள மொழியிலிருந்து வெளியே வரவேண்டியிருக்கிறது. முற்றாகவும் மொழியிலிருந்து வெளியே வரமுடியாது. மனலயத்தைக் கவிதையாக்குகிறேன் என்பது வெறும் பொய். ஆக, ஓர் அரைமொழியில் இந்தக் கேள்வி உருவம் கொள்கிறது. பதில் என்று ஒன்றைத் தருவோம். அது பொருட்டில்லை. தொல்காப்பியத்திலிருந்தே தமிழில் கனா பற்றி ஆச்சரியப்படத்தக்க கருத்துகள் சொல்லப்பட்டிருக்கின்றன. ஆனால், இந்தக் கேள்வி வித்தியாசமானது. இதுவரை யாரும்

யோசிக்காத அர்த்தச் செறிவைக்கொண்ட கேள்வி. 'ஒருவனைக் கனவில் கண்டேன். உதடுகள், பற்கள், கண்கள், தலை, மயிர், நகங்கள், கைகால் அனைத்துமே மனிதன் போல இருந்திடும் அவனைக் கண்டேன். கனவிலும் மனிதன் போலத் தோன்றினால் மனிதன்தானா?' அதாவது எதார்த்தம், எதார்த்தமின்மை என்ற எதிர்க்குணங்களை அறிவோம். இதற்கிடையில் ஒரு குணம் உண்டா? இருந்தால் அது எப்படியிருக்கும்? இந்த மாதிரி தெரிந்த எதிர்க் குணங்களிலிருந்து தெரியாத இடைப்பட்ட குணங்களை அடைய விரும்பும் மனம் எழுதிய வரிகள் இவை. அல்லது இப்படி ஒரு, ஏழு வரிகள் மனதில் உருவாகாது. இன்னொரு விதமாகவும் யோசிக்க முடியும். மனிதனுக்கும் மனிதனைப் போல இருப்பதற்கும் உள்ள வேறுபாடு என்ன? திருவள்ளுவர் இந்தப் படிமத்துக்குக் காரணமாக இருக்கலாம். 'மாந்தர் அனையர்' என்று 'மனிதன்போல' என்ற வார்த்தையை வழங்கியவர் அவர்.

திருவள்ளுவர் மனிதனுக்கும் மனிதன்போல இருப்பவனுக்கும் உள்ள வித்தியாசத்தை வேறு முறையில் நீதி சார்ந்த கருத்தாக்க அடிப்படையில் யோசித்தார். இந்தக் கவிமனம் முற்றிலும் வேறு முறையில் சஞ்சரிக்கிறது. இங்கு வள்ளுவருடைய கவிதையோடு ஒப்பிட்டால் இந்தக் கவிதையின் வித்தியாசமான குணம் மேலும் தெளிவுபெறும். திருவள்ளுவர் வசைபாடும் முறையில் அர்த்தத்தைச் சுருக்க, இந்தக் கவிதை வரிகள் எதிர்பாராத, முற்றிலும் மாறுபட்ட அர்த்த உலகைப் படைக்கிறது. உதடுகள், பற்கள் எல்லாம் மனிதன்போல இருக்கின்றன. நேரடியாகவும் பார்க்க வில்லை. அது கனவு. இந்த மாதிரியான இரட்டைப் புதிர்மை (1. கனவு, 2. உறுப்புக்கள் மட்டும் மனிதன்போல இருக்கும் உருவம்) எழுப்பப்படுகிறது. இன்னொரு விஷயமும் இருக்கிறது. திருவள்ளுவர் நீதிசார்ந்த கருத்தாக்க உலகைச் சார்ந்தவர். இந்தக் கவிதை, திடமான—திருவள்ளுவர் போன்ற—கருத்தாக்கத்தை அளிக்கவில்லை. அப்படியென்றால் இந்த வரிகள் எழுப்பும் மனநிலையைக் 'கருத்தாக்கம்' என்று சொல்ல முடியாது. 'கருத்தாக்கத்திலிருந்து மாறுபட்ட கருத்தாக்கம்'. அதாவது அசாத்தியத்தை நோக்கிய எழுத்து இது. 'மனிதன்போல் இருந்திடும் அவன்' என்ற வார்த்தைச் சேர்க்கையின் அபூர்வமான முக்கியத்துவம்தான் இவ்வளவு யோசிப்புக்கும் இடம் வைக்கிறது.

'அதோ பாருங்கள், அவன் மனிதன் போலப் போகிறான்' என்று நாம் பேசுவதில்லை. அதனால்தான் இது கருத்தாக்கமல்ல. கவிதையில் கருத்தாக்கம் வரமுடியாது. கவிதை எழுதும்போது கருத்தாக்கத்தைத் தருபவன் கவிதை படைக்க முடியாது. தத்துவம் தரலாம் அல்லது கருத்தை எழுதலாம். கவிதை எழுத முடியாது. தெரிதா என்ற தத்துவவாதி கூறுபவற்றைக் கவனிக்கும்போது இப்படிச் சொல்லமுடியுமா என்ற சந்தேகமும் இருக்கிறது.

இது நிற்க, இன்னொரு கவிதை. அதிலும் ஓரளவு இதே அமைப்பு இருக்கிறது. முதல் கவிதை மனிதன்போல் இருப்பவனை யும் மனிதனையும் ஒப்பிட்டது என்றால் இந்தக் கவிதை வேறுபட்ட இருவரை ஒப்பிடுகிறது. ஒருவர் நடப்பார், ஆனால் பார்க்க முடியாது; இன்னொருவர் பார்ப்பார், ஆனால் நடக்க முடியாது. ஒருவகை நாட்டுப்புறவியல் படிமம்போல் உருவாக்கப்பட்ட தமாஷான உலகம் இக்கவிதையில் வருகிறது. 'குலத்துக்குத் தெய்வம் வேறாய்க் கொள்கிற தமிழர் தங்கள் வழிகாட்டித் தலைவரென்று பல பேரைச் சொன்னார் என்றாலும் மனசுக்குள்ளே இன்னொருவர் இருப்பாரென்று ஆராய்ந்தேன். அவர்கள் போற்றும் தலைவர்கள் யார்யாரென்று. இருந்தவர் இரண்டு பேர்கள். அவர்களின் அடையாளங்கள் நடப்பவர் பார்க்கமாட்டார்; பார்ப்பவர் நடக்கமாட்டார்.' தமிழர்கள் பற்றிய கேலியோ என்று சந்தேகத்தை எழுப்பும் இந்தக் கவிதையில் கேலி இல்லை. ஒருவித நாட்டுப்புறவியல் நகைச்சுவையின் தொனி இருந்தாலும் எனக்கென்னவோ ஒரு மிகவும் சீரியஸான கவிதை யாகவே இது படுகிறது.

தமிழர்களின் மனசுக்குள்ளே இருந்த இருவர்களை ஆராய்ந்து கண்டுபிடிக்கிற கவிமனம், கடைசியில் கண்டவர்கள் குருடனும் நொண்டியும் அல்ல. 'நடப்பவர் பார்க்கமாட்டார்' என்பது குருடனைக் குறிப்பதாகாது. 'பார்ப்பவர் நடக்கமாட்டார்' என்பது நொண்டியைக் குறிப்பதாகாது. ஏனெனில் 'பார்ப்பவரால் நடக்க முடியாது' என்று கவிதை முடியவில்லை. பார்ப்பவர் வேண்டு மென்றே நடக்க மாட்டார் என்று நான் பொருள் எடுத்துக் கொள்கிறேன். அதாவது பார்க்கமட்டும் முடிந்தவர் ஒருவர். நடக்கமட்டும் முடிந்தவர் இன்னொருவர். இது உண்மையில் இரண்டு சாத்தியங்கள். அந்த இரண்டு மனிதர்களுக்கும்

மீண்டும் ஞானக்கூத்தன் ❋ 23

ஒரேயொரு செயல் மட்டும் தெரியும். பார்த்தல், நடத்தல், வேறொன்றும் தெரியாது. இவர்கள் மனிதர்களா என்பது வேறு கேள்வி. அர்த்தம் ஒருவகையில் கடக்கப்படுகிறது. தெரிந்த அர்த்தங்கள் மீறப்படுகின்றன. இந்தவிதமாகத் தெரிந்த அர்த்தம் மீறப்படும்போது கவிதைமொழி ஒரு நிச்சயமற்ற தளத்தில் செயல்புரிய ஆரம்பிக்கிறது. அந்த நிச்சயமற்ற தன்மை உரத்து எழும்போது தெரிந்த அர்த்தங்கள் ஆட்டங் காணுகின்றன. அதனால் நான் சொன்ன, 'எனக்கென்னவோ ஒரு மிக சீரியஸான கவிதையாகவே இது படுகிறது' என்ற கூற்று முரண்படுகிறதோ? முரண்படவில்லை; விளக்குகிறேன்.

இந்தக் கவிதையில் சுட்டிக்காட்டப்படும் இரண்டு பேர் மனிதர்கள் போன்றவர்கள். ஒருவர் நடக்கமட்டும் செய்பவர்; இன்னொருவர் பார்க்கமட்டும் செய்பவர். அதாவது நாட்டுப்புற நகைச்சுவையும் (*ஃபோக் ஹ்யூமர்*) சீரியஸான உணர்வும் ஒரே நேரத்தில் எழுகின்றன. ஒரு உணர்வு மட்டும் முழுமையடைய வில்லை. சம்ஸ்கிருதம் ஒன்பது சுவைகளில் ஒன்றாய் ஹாஸ்யத்தைச் சொல்கிறது. தமிழில் எட்டு என்று வருகிறது. அந்த எட்டில் ஒன்றான நகைச்சுவை என்று மட்டும் இந்த வரிகளை விளக்க முடியாது. நகைச்சுவை இருப்பது போலவும் இல்லாதது போலவும் இருப்பது, ஒருவித உயர் சீரியதன்மை என்றே படுகின்றது. ஒன்றில் மட்டும் இனம் காணக்கூடாது. அதாவது இறுதியில் இனம் காணப்படக்கூடியவர்கள் எதிர்பார்க்காத இரண்டு மனித அடையாளங்கள். மொத்தத்தில் நாட்டுப்புறத் தன்மைக்கும் சீரிய தன்மைக்கும், மனித அடையாளத்திற்கும் அடையாள மின்மைக்கும் இடைப்பட்ட அர்த்தத்தளங்கள் வடிவப்படுத்தப் படுகின்றன. இந்த அர்த்தத் தளங்களின் தன்மைகள், விரிவுகள், விளக்கங்கள் போன்றன கவிதையின் அறுசீர் ஓசையில் ஒருவித முரட்டுத்தனமான அழகைப்பெற்றுப் படிக்கிறவர்களை ஒரு புதிய உலகிற்கு அழைக்கின்றன. இதுமாதிரி இதுவரை தமிழ்க் கவிதைச் சரித்திரத்தில் எழுதப்படவில்லை என்று சொல்ல வைக்கின்றன.

வேறொரு கவிதை: தலைப்பு, 'அன்று வேறு கிழமை'. ஒரு பாடை போகிறது. தூக்கிச் செல்பவர்கள் பாடைக்குக் கீழ் பதுங்கிச் செல்லும் நாயை உதைத்து விரட்டப் பார்க்கிறார்கள். ஒவ்வொரு

மூலையைப் பிடித்திருப்பவர்களும் உதைக்க முயல்கிறார்கள். அந்தப் பிரயத்தனத்தில் பாடை கீழே விழுகிறது. நான்கு பேரும் இடக்காலை நடுவில் நீட்ட பெரும்பாடை நழுவித் தெருவில் விழுந்துவிட, ஓட்டம் பிடித்து அவர் மீண்டும் பாடைதூக்கப் பாடையின்கீழ் 'பதுங்கிப் போச்சு நாய் மீண்டும்'[1] என்று கவிதை முடிகிறது. இந்தக் கவிதை பற்றி பெரிதாய் யாரும் விளக்கம் தர முயலவில்லை.[2] புரியாத கவிதை என்று ஒதுக்கப்பட்டிருக்கிறது. புரியாவிட்டாலும் அழகிருந்தால், அர்த்தம் இருக்கிறதெனப் பொருள். அந்த அர்த்தத்தைக் காண முயலுவோம். ஒவ்வொருவ ராகக் கால் நீட்டும்போது நாய் தப்பித்துக்கொள்கிறது. ஒரு நகைச்சுவை, அந்த இடத்தில் ஏற்படுகிறது.

மொத்தத்தில் ஒருமித்து எல்லோரும் கால் நீட்ட பாடை விழுகிறது. நகைச்சுவையும் ஒரு அர்த்தம்தான். கவிதை-வழக்கமான ஞானக்கூத்தன் கவிதைகளைப்போல ஒட்டு மொத்த வடிவத்தின் வழி செயல்படும் கவிதை. ஆகையால், கடைசி வரியில்தான் கவிதை முடிகிறது. ஆனால், அங்கு ஓர் அதிசயம் நடக்கிறது. கடைசி வரி தொடர்ந்து கண்ணுக்குத் தெரியாத வரிகளாய்ப் பெருகுகிறது. இவரது பிற கவிதைகளுக்கும் இந்தச் செயல் உண்டு. இந்தச் செயலின் விளக்கத்தைப் பார்ப்போம். மீண்டும் நாய் வந்து பாடையின் கீழ் பதுங்கிக்கொண்டு போகிறது என்று கவிதை முடிகிறது. அந்தச் சூழலில் முக்கியத்துவம் பெறும் கவிதை வரியாக எனக்கு 'அவர் மீண்டும் பாடை தூக்க' என்பது படுகிறது. மீண்டும் என்ற சொல் இரண்டே இரண்டு இடங்களில் வருகின்றது. ஓரிடத்தில் நாய்க்கும் மற்றோரிடத்தில் தூக்குபவர் களுக்கும் இந்தச் சொல் வருகிறது. அடுத்து என்ன நடக்கும்? மீண்டும் நாயை உதைப்பார்கள். மீண்டும் பாடை விழும். இப்படி சாத்தியம் இருக்கிறது. இந்தத் தொடர்ந்த சாத்தியம், கடைசி வரியைப் படிக்கும்போது தொனிக்கிறது. ஆக கடைசிவரி புதிய சாத்தியங்களுக்கு ஓர் ஆரம்ப வரியாகிறது. அப்படிப்பட்ட புதிய சாத்தியங்கள் ஒரு தொடர்ச்சியான காட்சி. நாய் உதைக்குத் தப்புவதும், பாடை விழுவதும் ஓரிரு முறை நடக்கலாம். அப்படியே நாய் மீண்டும் ஒரு முறை உதைத்தவுடன் அந்த இடத்திலிருந்து போயும்விடலாம். அப்படி அது போய்விட்டது என்று கூறப்படும்வரை போகாமல் நாய் தொடர்கிறது என்ற

தொனி அர்த்தம்பெற வாய்ப்புள்ளதுதானே. ஆக, நான் சொல்ல வருவது, இந்தக் கவிதை நடந்த ஒரு சம்பவத்தின் மூலம் நடக்காத சில பல சம்பவங்களை உற்பத்தி செய்கிற சாத்தியப்பாட்டைக் கொண்டிருக்கிறது. யூகிக்க மட்டுமே முடிந்த அந்தச் சாத்தியப் பாடுகள் ஒரு தொடர்ச்சியை, அதாவது மறுபடியும் மறுபடியும் ஒரே செயல் தொடரும் நிலைமையை—ஒரு திரும்ப வருதலை ஏற்படுத்துகிறது. திரும்ப வரல் என்பது அடிப்படையில் மாற்றத் துக்கு எதிரானது என்று கருதப்படுகிறது. மாற்றமற்றது தட்டை யானது. ஒரு தட்டைத்தன்மையின் இயக்கம் (தட்டையானது இயங்காது என்றில்லை) ஏற்படுகிறது. திரும்பத் திரும்ப காலச் சக்கரம் சுழலும் என்று கிழக்கத்திய நம்பிக்கை.

வரலாறு திரும்ப வருகிறதென்று சில மேற்கத்திய சிந்தனை யாளர்களும் கூறியுள்ளனர். இந்த இடத்தில் வரும் திரும்பவரல் ஓர் அமைப்பு. திரும்ப வருகிறதென்று கூறும்போது அதற்குள் ஓர் ஒழுங்கு தெரிகிறது. ஒழுங்கிருக்கும் இடத்தில் குழப்பம் இருக்காது. குழப்பமின்மையில் ஒரு வடிவமும் அர்த்தமும் இருக்கின்றன. ஞானக்கூத்தன் தற்காலக் கவிதை சரித்திரத்தில் ஓசையுடன் எழுதுபவர் எனக் குறிப்பிடப்படுபவர். ஓசை என்பது கூட ஒழுங்கின் தன்மையைக் காலத்தில் ஸ்தாபிப்பதுதான். இந்தக் கவிதைகூட ஓசை நயத்துடன் கூடியது.

எனவே, இரண்டுவித பரிமாணங்களில் அரூபமான இரண்டு வடிவமைப்புகள் ஒன்றிணைந்து இறுகுகின்றன. அர்த்தமும் அமைப்பும் ஒன்றில் ஒன்று முயங்குகின்றன. அசாத்தியத்தைப் படைப்பதில் இது ஒரு வகை. மிகுந்த தீட்சண்யத்துடன் நடப்பது. ஓர் அர்த்தத்தில் இருந்து ஓர் ஒழுங்கைநோக்கிப் போகும்போது புரிந்த எண்களின் உறவு (கணிதத்தில் கூட்டல், பெருக்கல், இறுதியில் என்று எண்ணிலடங்காததில்—இன்ஃபினிட்— கொண்டுபோய்விடுவது போன்ற செயல் இது).

எனவே, மரபான அர்த்தத்தில், விளக்கம் அல்லது விரிவுரைக்காக எழுதப்பட்ட கவிதையல்ல இது என்று முடிவு கட்ட வேண்டும் என்பது என் கருத்து. அசாத்தியம் கவிதையின் நோக்கு நிலைக் குறியாக அமையும் கவிதைகளையே கற்க இந்தக் கட்டுரையில் முயல்கிறேன் என்பது முக்கியம்.

'நாய்' என்ற தலைப்பில் அமையும் கவிதை இன்னுமொன்று. 'காலம் கடந்துண்ணும் எதிர்மனைப் பார்ப்பான் எச்சிற்களையைத் தெருவில் எறிந்தான். ஆள்நடவாத தெருவில் இரண்டு நாய்கள் அதற்குத் தாக்கிக்கொண்டன. ஊர்துயில் குலைத்து நாய்கள் குரைக்கவும் அயல் தெரு நாய்களும் ஆங்காங்கு குரைத்தன. நகர நாய்கள் குரைப்பது கருதி சிற்றூர் நாய்களும் சேர்ந்து குரைத்தன. நஞ்சை புஞ்சை வயல்களைத் தாவிக் கேட்கும் குரைச்சலின் குரைச்சலைக் கேட்டு வேற்றூர் நாய்களும் குரைக்கத் தொடங்கின. சங்கிலித் தொடராய் குரைத்திடும் நாய்களில் கடைசி நாயை மறித்துக் காரணம் கேட்டால் என்னத்தைக் கூறும்?' இங்கும் (வேறு சில கவிதைகளில் வருவதுபோல்) ஒரு கேள்வியில் கவிதை முடிகிறது.

இதுபோன்ற கவிதையைப் புரிய, ஞானக்கூத்தன் கவிதைகளில் மிருகங்கள் அடிக்கடி பேசும் என்ற தகவல் முக்கியம். ('தவளைகள்' என்ற கவிதையில் தவளைகளும், 'உள் உலகங்கள்' என்ற கவிதையில் மீனும் நண்டும்). சரி, இனி கவிதைக்கு வருவோம். இந்தவிதமான இந்தக் கவிஞரின் இறுதி வரிகள் என்னை சுமார் முப்பது வருடங்களாக யோசிக்கவைத்து வருகின்றன. மிகச் சாதாரணமாக எல்லோராலும் படிக்கப்படும் இக்கவிதைகள், இன்றுவரை இவ்வித வரிகளுக்கான எனக்குத் திருப்தி தரும் விளக்கத்தைப் பெற்றதில்லை என்றே நினைக்கிறேன். மிருகங்கள் தங்களுக்குள் பேசும் என்ற கவிஞரின் கருத்து ஏதோ ஒரு பதிலை இந்தக் கடைசி நாய் சொல்லும் என்றே கருதவைக்கிறது நம்மை. (கடைசி நாய்—காலம் கடந்துண்ணும் பார்ப்பான், இவை பற்றிய விளக்கம்). அப்படிச் சொல்லும் பட்சத்தில் அந்த நாய்க்கு ஒரு முக்கியமான பதில் இருக்க வேண்டுமென்றே கவிதை கருதுகிறது. அந்தப் பதில் கவிஞருக்கோ நமக்கோ தெரியாததால் பதில் இல்லை என்று பொருளல்ல. பதில் முக்கியமில்லை என்றும் பொருளல்ல. அப்படியானால் மனித சாதிக்கு அப்பாற்பட்ட அந்தப் பதிலைச் சுட்டுவதும் அந்தப் புரிந்துகொள்ள முடியாத பதிலைப் பற்றிய வாசகர் கற்பனையைத் தூண்டுவதும் கவிதையின் நோக்கமாகிறது. முடிந்த முடிவுகளைப் பற்றிய கேள்விகளையும், இறுதி என்று ஒன்றில்லை என்பதையும், அசாத்தியம் என்பது முற்றுப்புள்ளியல்ல என்பதையும் உணர்த்த

இந்தக் கோணத்தில் சர்ச்சையை எழுப்ப கவிதை முயலுகிறது. இந்தக் கவிதையில் நாய்கள் தொடர்ச்சியாகக் குரலெழுப்பு கின்றன. இந்தத் தொடர்ச்சியைக் கவனித்த கவிஞருக்கு/கவிதை சொல்லிக்கு ஒரு காரணமும் இல்லாமல் தொடர்ச்சி எப்படிச் சாத்தியம் என்ற கருத்துத் தோன்றுகிறது. ஒரு தெருவிலிருந்து அடுத்த தெருவில் இருக்கும் நாய்களுக்குத் தொடர்ந்த குரைத்தல், நகர நாய்களுக்கும் சிற்றூர் நாய்களுக்கும் தொடர்ந்து அதன்பின் நஞ்சை புஞ்சை நாய்களுக்கும் தொடர்கிறது. இந்தத் தொடர்ச்சி யால் ஒருவித 'மனித அர்த்தம்' தோன்றுகிறது. 'மனித அர்த்தம்' என்பது ஒரு மொழி. ஆக, நாய்கள் ஒருவித மொழியை உருவாக்கு கின்றன. ஏனெனில் மனிதனுக்கு மட்டுமே தொடர்ச்சி பற்றித் தெரியும். ஆகவே, கடைசிவரி அந்த நாய்களின் பதிலை அவற்றின் மொழியில் சொல்ல வேண்டுமென்று எதிர்பார்க்கின்றது. நமக்குத் தெரியும் அந்த மொழி பூடகமானது, தெளிவானதல்ல என்று. இப்படிப் பூடகம் அர்த்தம் பெறுகிறது; அசாத்தியம் சாத்திய மாகிறது. இங்கே, நான் அசாத்தியம் என்பதை இப்படிப்பட்ட ஒரு குறிப்பிட்ட அர்த்தத்தில் இந்தக் கட்டுரை நெடுகப் பயன் படுத்துகிறேன். மனித ராசி, மிருக ராசியில்லாமல் இல்லை. இரண்டுக்குமான உறவை, பழந்தமிழின் ஐந்திணைக் கோட்பாடு ஒருவகையில் வலியுறுத்தும் தமிழ் மரபில், இந்தக் கவிதை வேறு ஒரு பூடகமான தளத்தை வலியுறுத்துகிறது. அதாவது மனிதனுக்கும் மிருகத்துக்குமான உறவின்வழி ஏற்படும் அர்த்த உலகு. மனிதனது கற்பனை, மனிதனது எதார்த்த அளவைவிட அதிகம் சாதிக்க வல்லது என்பதை இதுபோன்ற கடைசி வரிகள் வலியுறுத்துகின்றன. இந்தக் கவிதையில், தொடர்ந்து நாய்கள் குரைப்பதன் மூலம் ஒரு அரூபமான ஒழுங்கை நாய்களின் உலகில் காண்கிறார் கவிஞர்.

அவரின் இன்னொரு கவிதையான 'கொள்ளிடத்து முதலைகள்', 'சிறிது பெரிதாய் முதலைக்கூட்டம். சற்றும் அமைதி குலையாமல் அவை பேசிக்கொள்ளும். சில நொடிக்குள் முடிவெடுத்துக் கலையும்முன்னே குறுங்காலால் மணலிலவை எழுதிப்போட்ட மருமமொழித் தீர்மானம் என்ன கூறும்?' என்று முடிகிறது. இந்தக் கவிதை வரிகள், மேலே பார்த்த 'நாய்' என்ற கவிதையின் தொடர் குரைப்பும் ஒரு மொழி என்ற என் முடிவை ஆதரிக்கின்றன.

ஏனென்றால் இந்தக் கவிதையில் தங்களுக்குள் பேசிக்கொள்ளும் முதலைகள் குறுங்காலால் எழுதும் செயல்பற்றி வருகிறது. ஆனால் 'நாய்' கவிதைபோலவே இங்கும் அவற்றின் மொழியும் எழுத்தும் மனிதர்களுக்குப் புரியுமா என்பதே கவிஞனின் அக்கறையாகிறது. அதாவது மிருக உலகுக்கும் மனித உலகுக்குமான புரிதல் சாத்தியமா என்ற கேள்வியே இங்கு உருவாகிறது. பிராணி பாதுகாப்பு சார்ந்த செயல்பாடல்ல இது. முற்றிலும் மாறுபட்ட அறிவுசார்ந்த, கற்பனை சார்ந்த தொடர்பு இங்கு நோக்கமாகிறது. பொதுவான மேற்கத்திய மனித முதன்மைக் கற்பனைக்கு அப்பால் போகும் அசாத்தியம் இது. ஞானக் கூத்தனின் பிற்கால கட்டத்திய கவிதைகளுக்கும் நான் இங்கே குறிப்பிடும் ஆரம்பகாலத்திய கவிதைகளுக்கும் கவிதைத்தளத் தொடர்பிருக்கிறது. எனினும், அவரது ஆரம்பக் கவிதைகளின் எல்லாப் பரிமாணங்களும் ஆயப்படவோ அறியப்படவோ இல்லை. அந்த நோக்கில் அமைவது என் முயற்சி.

குறிப்புகள்

1. ஞானக்கூத்தனின் *அன்று வேறு கிழமை* தொகுப்பில் இந்தக் கட்டுரையில் பேசப்படும் எல்லாக் கவிதைகளும் உள்ளன. இது அவருடைய முதல் தொகுப்பு.

2. இந்தக் கவிதை பற்றி எழுபதுகளில் அல்லது எண்பதுகளில் சேலத்திலிருந்து வெளிவந்த அஃ பத்திரிகையில் ஒரு கட்டுரையை பிரம்மராஜன் எழுதினார் என்று ஞாபகம். சனிப் பிணம் துணை தேடும் என்ற பழமொழியை வைத்து இந்தக் கவிதை எழுதப்பட்டிருக்கலாம் என்றொரு விளக்கம் அந்தக் கட்டுரையில் முன்வைக்கப்பட்டிருந்தது. இப்போது யார் கண்ணிலும் படாவிட்டாலும், அப்போது கவனம் பெற்ற அந்தக் கட்டுரை, இப்போது எனக்குப் பலவீனமானதாகவே படுகிறது. ஏனெனில் கவிதையில் எங்கும் சனி என்ற சொல் வரவில்லை.

3
அமைப்பியலும் பின்அமைப்பியலும்

அமைப்பியல் என்றால் என்ன?

அமைப்பியல் பற்றித் தெரிந்துகொள்ள மொழியியல் பற்றித் தெரிந்துகொள்ளவேண்டும். தமிழகம் பற்றித் தெரிந்துகொள்ள இந்தியா பற்றித் தெரிந்துகொள்ள வேண்டும். பௌர்ணமி பற்றித் தெரிந்துகொள்ள அமாவாசை பற்றித் தெரிந்துகொள்ள வேண்டும் என்பது போன்றது இது. ஒன்று இன்னொன்றோடு தொடர்பு கொண்டிருக்கிறது.

மொழியியல் என்றால் என்ன?

மொழி பற்றிய அறிவியலை மொழியியல் என்பார்கள். எதையும் ஒழுங்குபட அறிவது அறிவியலாகும்.

மொழிக்கும் மொழியியலுக்கும் என்ன வேறுபாடு?

மொழி என்றால் தமிழ் மொழி, இந்தி மொழி, ஆங்கில மொழி என்பது போல வேறு வேறு மக்கள் பேசுகிற மொழியைக் குறிக்கும். மொழியியல் என்றால் பொதுவாக மொழிகள் எல்லாம் எவ்வாறு அமைந்திருக்கின்றன, அவற்றின் குணம் யாது என்று பேசும். அதாவது அது அறிவியல். உதாரணம் கூறலாம். 'நீர்' என்றால் அது அறிவியல் அல்ல; பிராண வாயுவும் ஹைட்டிரஜனும் சேர்ந்தது நீர் என்றால் அது அறிவியல். இப்போது மொழியியல் எப்படி அறிவியல் ஆகிறது என்று புரிந்திருக்கும். ஆகவே மொழி வேறு; மொழியியல் வேறு.

மொழி எவ்வாறு அமைந்திருக்கிறது, மொழியியல் கூறுவது என்ன?

மொழிஎன்பது பல்வேறு ஒலித்துணுக்குகளால் ஆனது. தமிழ் மொழி பல்வேறு ஒலிகளால் ஆனது. அந்த ஒலிகளுக்கு எந்தப் பொருளும் இல்லை. ஒருவனைக் கையால் குத்தினால் அவன் 'ஆ' என்று ஓர் ஒலியை வெளியேற்றுவான். மேலிருந்து ஒரு பொருள் கீழே விழுந்தால், 'ட்' என்று ஒலிக்கும். மெத்தையில் ஒரு பொருள் விழுந்தால் 'த்' என்று கேட்கும். வாயிதழ்களைக் குவித்துத் திடீரென்று காற்றை வெளியேற்றினால், 'ப்' என்று கேட்கும். இதுபோல் தமிழ் மொழியில் ஆயிரக்கணக்கான சப்தங்கள் உள்ளன. இந்த சப்தங்களை ஓர் ஒழுங்குக்கு உட்படுத்தினால் சொற்கள் கிடைக்கும். உதாரணமாக, ந்+ஆ+ன்= நான் ஆகிறது. அதாவது மூன்று ஒலிகளைச் சேர்த்தால் 'நான்' என்ற பொருளுள்ள சொல் கிடைக்கிறது. இப்படித்தான் உலகிலுள்ள எல்லா மொழிகளும் அமைந்திருக்கின்றன. ப்+ஊ=பூ ஆகிறது. பூ என்றால் மலர் என்று பொருள். மொழி என்றால் என்ன என்று பல அறிஞர்கள் விளக்கம் கூறியிருக்கிறார்கள். அதில் ஓரறிஞர் கூறியது பலர் கவனத்தை ஈர்த்தது. அந்த வெளிநாட்டு அறிஞர் பெயர் பெர்டினந்த் தெ சசூர்.

பெர்டினந்த் தெ சசூர் பற்றி விளக்குங்கள்?

இவர் பிரஞ்சு மொழி பேசும் ஸ்விஸ் நாட்டுக்காரர். இவர் பெயரில் அறியப்படுகிற நூல் *பொது மொழியியல் கல்வி* என்பதாகும். இந்த நூலை இவருடைய மாணவர்கள் இவர் இறந்தபிறகு வகுப்பில் நடத்திய பாடங்களைச் சேர்த்து அச்சிட்டு உருவாக்கினர். உலகச் சிந்தனையை மாற்றிய வெகு சில நூல்களில் இதுவும் ஒன்று. இந்த நூலின் தனிச் சிறப்புகளில் ஒன்று இந்த நூல் பிற துறைகளையும் பாதித்தது என்பதாகும். இந்த ஒரு நூலாலே இவர் உலகப் புகழ்பெற்றார் எனலாம். இவர்தான் அமைப்பியல் உருவாகக் காரணமானவர். இந்த நூல்தான், அமைப்பியல் என்ற சிந்தனை முறை தோன்ற காரணமான நூல். இந்த நூல், மொழியியல் துறையைச் சார்ந்த அறிஞர்கள் படிக்கிற நூல். கட்டடம் பலமாய் இருக்க அடித்தளம் காரணம். அதுபோல் இந்த நூல், அமைப்பியல், ஒரு பலமான சிந்தனையாவதற்குக் காரணமானது.

சசூர் கூறிய மையமான கருத்து யாது?

மேலே ஒலிகள் பற்றிப் பேசினோம் அல்லவா, அந்த ஒலிகளுக்கும் அவை குறிக்கும் பொருளுக்கும் எந்தக் காரண காரியத் தொடர்பும் இல்லை என்றார் அவர். அதாவது பூ என்ற பொருளுக்கும் 'ப்-ஊ' என்ற ஒலிக்கும் எந்தத் தொடர்பும் இல்லை என்று கூறி அவர் பலர் கவனத்தைக் கவர்ந்தார். ஏனென்றால் ஆங்கிலத்தில் பூ என்ற பொருளைக் குறிக்க இன்னொரு ஒலிச்சேர்க்கையைப் பயன்படுத்துகிறார்கள். அது 'ப்-ள-வ-ர்' என்பது. அதாவது ஒரு கூட்டத்தார் சேர்ந்து ஓர் ஒப்பந்தத்துக்கு வந்து 'ப்ளவர்' என்ற ஒலிச் சேர்க்கைக்கு நாம், பூ என்று பொருள் கொடுப்போம் என்று முடிவு செய்துள்ளது தெரிகிறது. இதுபோலத்தான் உலகத்திலுள்ள எல்லா மொழிகளும் செயல்படுகின்றன.

பல்லாயிரக்கணக்கான ஒலிச்சேர்க்கைகள் ஏகதேசமாகப் பல்லாயிரக் கணக்கான பொருள்களைக் குறிக்கின்றன. அதாவது இந்த ஒலிக்கு இந்தப் பொருள் (அர்த்தம்) என்று ஓர் ஒப்பந்தம் அந்த மொழியைப் பேசும் சமூகத்தில் உருவாகிறது. ஆக ஒரு குறிப்பிட்ட ஒலிக்கும் (அல்லது ஒலி கூட்டத்துக்கும்) ஒரு குறிப்பிட்ட பொருளுக்கும் தொடர்பைச் சமூகம் தோற்றுவிக்கிறது. சசூர், ஒலிக்கும் (சப்தத்துக்கும்) பொருளுக்கும் இருப்பதாக நாம் நினைக்கும் தொடர்பு இட்டுக்கட்டப்பட்டது என்றார். 'ப்-ள-வ-ர்' என்ற ஒலிகளின் சேர்க்கைக்கும் பூ என்ற பொருளுக்கும் உள்ள தொடர்பு இட்டுக்கட்டப்பட்ட தொடர்பு என்றார். 'ப்-ஊ' என்ற ஒலிச் சேர்க்கைக்கும் மலர் என்ற பொருளுக்கும் உள்ள தொடர்பும் அப்படியே இட்டுக்கட்டப்பட்ட தொடர்புதான். எல்லா மொழிக்கும் இப்படித்தான் என்றார் சசூர். இதுதான் இவருடைய கண்டுபிடிப்பு.

தமிழர்களாகிய நாம் இங்குத் தொல்காப்பியர் என்ற தமிழின் முதல் இலக்கணக்காரர் இதே கருத்தை 'மொழிப்பொருள் காரணம் விழிப்பத் தோன்றா' என்று ஏற்கனவே கூறியுள்ளதை அறிய வேண்டும். தெய்வச்சிலையார் என்ற உரையாசிரியர் இன்னும் தெளிவாக சசூர் கூறிய இதே கருத்தைக் கூறி உள்ளார். நகைச்சுவை காட்சிகளில் ஒரு நடிகர் வருவார், 'என்ன பார்க்கிறே' என்பார். இன்னொரு நடிகர் பதிலாக, ' ஏன், டீவி பார்க்கிறேன்' என்பார்.

முதலாமவர், 'டீவியில் என்ன பார்க்கிறே' என்று கேட்டேன் என்று முதலில் கேட்டதை விளக்குவார். இதுபோல்தான் இங்கும். ஒலியும் பொருளும் குழம்பிக் கிடக்கின்றன. ஒலியைக் கேட்டால் பொருள் கவனத்தில் வராது; பொருளைக் கவனித்தால் ஒலி கேட்காது.

சசூரின் இன்னொரு முக்கியமான கருத்து எது?

சசூர் 'மொழி என்பது இடுகுறிப் பொருளைத் தரும் குறிகளால் ஆன ஓர் அமைப்பு' என்றார்.

இடுகுறி என்றால் என்ன பொருள்?

இடுகுறி என்றால் ஏகதேசமானது, அகஸ்மாத்தானது, இட்டுக் கட்டப்பட்டது, காரணகாரியத் தொடர்பற்றது என்று பொருள்.

குறிகள் என்றால் என்ன?

குறி என்றால் ஆங்கிலத்தில் 'சைன்' என்பார்கள். எனவே மொழி என்பது காரணகாரியத் தொடர்பற்ற குறிகளின் அமைப்பு. அதாவது 'பூ' என்பது தமிழில் ஒரு குறி; 'ப்-ள-வ-ர்' என்பது ஆங்கிலத்தில் ஒரு குறி. இந்தக் குறிக்கு இரண்டு கூறுகள் உள்ளன. ஒன்று குறிப்பான்; அடுத்தது குறிப்பீடு.

குறிப்பான் என்றால் என்ன?

ஒவ்வொரு சொல்லுக்கும் ஓர் ஒலி(சப்தம்)யும் ஒரு பொருளும் (அர்த்தம்)உண்டு. ப்+ஊ என்பதில் வெளிப்படும் பொருளற்ற ஒலியைக் குறிப்பான் என்பார்கள். கலகல என்று சொன்னால் உங்களுக்குப் புரியாது. ஆனால் சிரிப்பைச் சுட்ட(கல கல என்று சிரித்தார்கள்) அந்த ஒலியைப் பயன்படுத்தினால் கலகல என்பதற்குப் பொருள் வந்துவிடுகிறது. பொருளற்ற கலகல போன்றது பொருளற்ற ப்+ஊ என்பது (பொருளற்ற சொல்லைக் குறிக்க இங்குச் சொல் எழுத்துகளாய் பிரித்துக் கொடுக்கப்படுகிறது). அதாவது மாம்பழத்தில் தோலும் உள்ளே சாறும் இருப்பது போல் நாம் பேசும் ஒவ்வொரு சொல்லும் இருக்கின்றன அல்லவா?

குறிப்பீடு என்றால் என்ன?

குறிப்பீடு என்றால் மலர் என்ற பொருளைக் கொண்ட பூ என்ற சொல்லின் ப்+ஊ என்ற ஒலிச்சேர்க்கையைக் குறிக்கும். அதுபோல் 'சுவர்' என்ற சொல்லின் ச்+உ+வ்+அ+ர் என்ற ஒலிச் சேர்க்கையைக் குறிப்பீடு எனலாம். அதன் பொருளைப் பற்றிப் பேச்சு இல்லை. அதாவது எந்த ஒரு சொல்லின் சப்த வெளிப் பாடும் குறிப்பீடு எனப்படும். இப்படிக் கோடிக்கணக்கான உதாரணங்களைத் தரலாம். தொல்காப்பியர் இதை யோசித் துள்ளார். குறிப்பானை அவர் சொன்மை என்ற அழகான சொல்லால் குறிக்கிறார். நாம் ஒலியையும் பொருளையும் பிரிக்காமல் பேசும் மனப்பழக்கத்தைக் கொண்டிருக்கிறோம். அதனால் ஒரு சொல்லின் ஒலி வடிவத்தையும் பொருள் வடிவத் தையும் பிரிக்காமல் மனம் யோசித்துப் பழகிவிட்டது.

பிரித்துப் பார்ப்பதால் என்ன நன்மை?

பிரித்துப் பார்ப்பதால் புதுவித சிந்தனைகள் கிடைக்கின்றன. ஒரு விளம்பரத்தை இப்படிப் பார்க்க முடியும். விளம்பரத்தின் குறிப்பான் எது என்றும் அதன் குறிப்பீடு எது என்றும் பார்க்கலாம். பிரான்சின் அடிமை நாடாக அல்ஜீரியா இருந்த போது கறுப்பு மக்கள் பிரான்சிற்கு எதிராகப் போராடினார்கள். அப்போது ஒரு விளம்பரம் பிரஞ்சு அரசால் வெளியிடப்பட்டது. அதில் ஒரு கறுப்புநிறப் படைவீரன் பிரஞ்சு கொடிக்கு வீரவணக்கம் செலுத்துகிறான். இங்குக் குறிப்பான் என்பது ஒரு கறுப்புப் படைவீரன் பிரஞ்சு கொடிக்கு வணக்கம் செய்தல். ஆனால் குறிப்பீடு கறுப்பர்கள் பிரஞ்சு நாட்டுக்கு அடங்கி நடக்கவேண்டும் என்பது.

இப்படிக் குறிகள் பற்றிய ஆராய்ச்சி ஒன்று வளர்ந்தது. குறிகள் பற்றிய ஆராய்ச்சியைக் குறியியல் என்று அழைப்பார்கள்.

4

மேலெழுந்து வரும் சிங்கப்பூர் எழுத்து

லதா அவர்கள் (கனகலதா) சிங்கப்பூரிலிருந்து வருகிற *தமிழ்முரசு* இதழின் செய்தி ஆசிரியர். இவருடைய *நான் கொலை செய்யும் பெண்கள்* என்ற சிறுகதைத் தொகுப்பில் பத்துக் கதைகள் உள்ளன. பொதுவாக, சிங்கப்பூர், மலேசியா போன்ற இடங்களிலிருந்து வரும் சிறுகதை, நாவல், நாடகம் போன்றன தமிழகத்திலிருந்து வரும் எழுத்துகளின் நகலாக அமையும். அதனால் சீரிய இலக்கிய முயற்சிகள் இந்த நாடுகளிலிருந்து எதிர்பார்க்க முடியாது என்று ஓர் எண்ணம் தமிழகத்திலுள்ள சீரிய வாசகர்கள் மத்தியிலுள்ளது.

அதைப் பொய்யாக்குவது போல் இந்தத் தொகுப்பு அமைந்துள்ளது.

இந்தப் பத்துக் கதைகளையும் படித்தபோது தமிழடையாளம், தமிழ்ப் பண்பாடு, தமிழர் மதம், பழக்க வழக்கம், உணவுமுறை, பிறரோடு—சீனர்களோடு—அல்லது ஆப்பிரிக்கர்களோடு, முஸ்லிம்களோடு வைத்துக்கொள்ளும் உறவு போன்ற முக்கியமான பண்பாட்டு அடையாளங்கள் அலசலுக்கு உட்பட்டிருப்பதைப் பார்க்கலாம். தமிழகம் புதியதாக உருவான இந்தியாவோடு சேர்ந்த பின்பு, பிற கலாச்சாரங்களுடன் தமிழ்ப் பண்பாடு உடனுறைய வேண்டிய கட்டாயம் ஏற்பட்டது. தமிழகக் கிராமங்கள் தமிழர்களின் நம்பிக்கை, சாதி, வழிபாடு, உணவு போன்றவற்றைக் காலங்காலமாக மாறாமல் வைத்திருந்தாலும் தமிழகத்தின் எல்லைகளில் பிறமொழியினர் வந்து தமிழுக்குள் மாற்றங்களை உருவாக்குகின்றனர். நவீனத் தமிழகத்தில் எல்லைப் பிரச்சினையை முக்கியப்படுத்திய முன்னோடிப் போராட்டக்காரர்களான

மபொசியையும் நேசமணியையும், தமிழ் அடையாள அரசியலின் மையத் தலைவர்களாக்க வேண்டும். எல்லைப் பிரதேசங்களில் தமிழ்ப் படைப்புகளை உருவாக்கும்போது மொழி ஒரு பிரச்சினை யாக்கப்பட வேண்டும். குமரி மாவட்டத்தின் படைப்பில் தமிழ் மரபில் மலையாள மரபை எந்த அளவு அனுமதிக்க முடியும் என்ற விவாதம் தற்சமயம் தோன்றியுள்ளது. இது விரிவுபட வேண்டும். ஏனெனில் குமரி மாவட்டத்திலுள்ள கலப்பு எழுத்தாளர்களைத் தமிழக மையப் பண்பாட்டுக்குள் இருப்பவர்கள் புகழவும், தங்கள் முன்மாதிரிகளாக அவர்களைச் சித்திரிக்கவும் ஆரம்பித்துள்ளனர். கண்ணகியைப் பகவதியாகக் கற்பனை செய்யும் படைப்பாளி தமிழ்மரபை உள்வாங்கியவர் அல்லர். எனவே, பிற கலாச்சாரங் களோடு நவீன தமிழ்ப் பண்பாடு கொள்ளும் தொடர்பை மைய விவாதம் ஆக்கும்போது பல பிரச்சினைகள் ஏற்படுகின்றன.

லதா அவர்களின் கதைகள் தமிழகத்து மலையாளி எழுத்தாளர் களிடம் நாம் பெறமுடியாத ஆழத்தைக் காட்டி நம்மை அதிசயப் படுத்துகின்றன. இன்றைய இந்தியாவின் பிற பண்பாடுகளைத் தமிழர்கள் மதிக்க வேண்டும்; தன் கலாச்சார வேரை மதித்தபடியே பிறவற்றை, பிற என்று கருதி மதிக்க வேண்டும். லதாவின் கதைகள் கதை சொல்லும் போக்கிலேயே இங்கு நாம் சுட்டிக் காட்டும் பிரச்சினையைப் படைப்பியல் நோக்கில் அணுகுகின்றன —கதைகளை அவற்றின் போக்கில்விட்டுக் கையாள்வதால், அவை முன்கூட்டிய சுய பண்பாட்டு நிலைப்பாட்டை உடைத்துச் செல்கின்றன. தமிழர் இப்படித்தான் இருக்க வேண்டும் என்ற முன் தீர்மானம் எந்தக் கதையிலும் உருவாகவில்லை. கதைகளின் அழகியல் தளத்தின்வழி கதைகள் செயல்படுகின்றன என நாம் கூறுவதற்கான காரணம் இதுதான்.

இதுவே லதாவின் கதைகளைப் 'புதிய சிங்கப்பூர் கதைகள்' என்று அழைக்கவைக்கின்றன. என் போன்றோருக்கு வேறு கதைகள் இந்தக் கதைகள் போல் படிக்கக் கிடைக்கவில்லை என்பதை வெளிப்படையாகக் கூற முடியும். கதை ஏற்படுத்தும் வாசக மனச்சலனம், விரைவில் கதைகளின் புனைவால் வேகம் பெற்று ஓர் அரசியல் தளமாய் விரிகிறது. அது புதிய அர்த்தப் பிராந்தியத்தை ஏற்படுத்திப் பழைய மதிப்பீடுகளை இடைநீக்கம் (சஸ்பெண்ட்) செய்கிறது.

சில கதைகளைப் பார்க்கலாம். முதல் கதையான 'அடையாளம்' என்ற கதையில் மலாய் டாக்ஸி ஓட்டுநன் ஒரு சிங்கப்பூர் தமிழ்ப் பெண்ணைப் பார்த்து 'யு கம் ஃப்ரம் இண்டியா? கம் டூ ஹவுஸ் வர்க்?' என்று கேட்கிறான். அதே பெண்தான் கணவனால், அவன் குடும்பத்தால் 'மெய்ட்' போல் வேலை வாங்கப்படுவதைச் சித்திரிக்கும் கதை இது. இங்கே ஏன் யாருமே தனக்கு நெருக்கமா யில்லை? ஒருவேளை தன்னால்தான் இந்த ஊர் மக்களை, அவர்கள் வாழ்க்கையை நெருங்க முடியவில்லையோ என்று நினைப்பவளுக்குச் சிங்கப்பூரில் தனக்குத் திருமணமாகும் முன்பு இந்தியாவில் தெரிந்த நண்பனின் நினைவும் வருகிறது. கடைசியில் கதை, 'ஐ ஆம் சிங்கப்பூரியன்', 'அவளுக்கு அழுகையைக் கட்டுப்படுத்த முடியவில்லை' என்று முடிகிறது. தமிழர்களுக் குள்ளேயே, தமிழகம், சிங்கப்பூர் என்பதான உள்வேறுபாடு வெளிப்படுகிறது இந்தக் கதையில். ஒரே மூலத்திலிருந்து கிளை பிரிந்த முற்றிலும் முரண்படாத இரு தமிழ்ப் பிரிவுகளை எப்படிப் புரிந்துகொள்ள வேண்டும் என்று கதை சர்ச்சிக்கிறது. தமிழ்ப் பண்பாடு, குடும்பம், உறவு போன்றன உலகமயமாகும்போது ஏற்படும் பிரச்சினைகள் வருகின்றன. சிங்கப்பூர் தேசியத்தின் வேர்களும் அலசப்படுகின்றன. சிங்கப்பூர் தமிழன் என்ற புதிய தேச எல்லைக்குள் ஏற்படும் குணவிளக்கம் 2000 ஆண்டு தமிழிலக்கியத்தில் இல்லாதது. இங்குத் தன்னைப் புது அம்சமாக அது அறிமுகப்படுத்துகிறது.

தமிழுக்கு அமுதென்று பேர் என்ற கதை, தமிழ்மொழியானது உலகத்தில் அழிந்தபிறகு 2200 ஆண்டில் நடக்கிற கதை. எதிர்கால நோக்கில் நடக்கும் விஞ்ஞானக் கதை போன்ற உத்திகளுடன் எழுதப்பட்ட அபூர்வமான கதை இது. கம்ப்யூட்டர் மூலமே பாத்திரங்கள் பேசுகிறார்கள். 'எனக்கு நீ ஒதுக்குகிற இந்தச் சில விநாடிகளைக்கூட உன்னோட கணினியால பொறுக்க முடியலியா?' என்று கதை சொல்லியான பெண் பாத்திரம் பேசுகிறது. பேச்சு தொடர்கிறது:

'நான் இந்தியா போகணும்' என்கிறாள். எதற்கு என்றால் அவளுடைய மகனுக்குத் தமிழ் கற்றுக்கொடுக்க. கணவன் 'இந்தியாவில் தமிழ் கற்றுக் கொடுக்கிறார்களா?' என்று சாதாரண மாகக் கேட்கிறான். அதற்கு அவள் 'நான் கண்டுபிடிச்சேன்,

கணினி மூலம். தமிழ் தெரிஞ்சவங்க இருக்காங்களாம். ஆனா அவங்களுக்கும் எழுத்துத் தெரியாதாம். பேசமட்டுந்தான் தெரியும்' என்கிறாள். ஆனால் குழந்தை, தமிழ்ப்படிப்பு இல்லை என்று சொல்கிற பள்ளியை விரும்புகிறது. கடைசியில் ஒரு ஜப்பானியரை அழைத்து அவருக்குப் பழைய மொழிகளை எழுதத் தெரியும் என்பதால் தமிழ் எழுத்துகளை அவள் வைத்திருக்கும் வடிவப் பிரதியைப் பார்த்து எழுத வேண்டும் என்று கேட்கிறாள்.

இந்தக் கதை தமிழுக்கு என்ன நடக்கப் போகிறதென்று யூகித்து எழுதப்பட்ட கதை. கதையின் இடையில் ஓரிடத்தில் மகன் படிக்கும் பள்ளிக்கூடத்தை நடத்தும் குழு தமிழை நிறுத்தி விடலாம் என்று முடிவு செய்கிறது. ஏனெனில் தமிழ் கட்டாயப் பாடமில்லை என்று கதையில் ஒரு பகுதி வருகிறது. இன்று தமிழ்நாட்டில் வைகைச் செல்வன் என்ற அமைச்சரும் தமிழக முதல்வரும் எடுத்துள்ள நிலைப்பாட்டை ஒரு சிங்கப்பூர் பெண் எழுத்தாளர் எதிர்காலத்தில், நடக்கப் போகிற தமிழ்மொழி அழிப்புச் செயல்பாடு என்று 2007இலேயே எழுதி வைத்திருக் கிறார், ஆச்சரியமாக இருக்கிறது.

தமிழின் பயன்பாடு அருகிவரும் நாடுகளில் வாழும் எழுத்தாளர் களுக்கு மட்டுமே ஏற்படக்கூடிய இந்தக் கற்பனையைப் பத்துக்கோடி தமிழர்களும் தெரிந்துகொள்ள வேண்டும். இந்தக் கதையை இணையத்தளத்தில் தமிழர்கள் பரப்ப வேண்டும். சிங்கப்பூர் தமிழர் ஒருவரின் கற்பனை இது. தமிழகத் தமிழர்கள் அனுபவித்துக் கொண்டிருக்கும் ஒரு தற்கால நிலமையை 2200இல் தான் நடக்கப்போகிறதென்று இந்த எழுத்தாளர் எழுதியுள்ளார். ஆனால் இன்றைய அரசு சுமார் இருநூறு ஆண்டுகளுக்கு முன்னாலேயே தமிழுக்கு விபத்தை உருவாக்கியிருக்கிறது.

இத்தகைய எழுத்துகளைப் பார்க்கும்போது தமிழகத்துச் சிறுகதைகளைப் போல முதிர்ச்சியும் உத்தி சிறப்பும் பிறநாடு களின் தமிழ் எழுத்தாளர்களுக்கும் வாய்க்கப்பெற்றிருக்கிறதென்று அறிகிறோம். ஆனால் இந்த எழுத்தாளர்களுக்குக் கொடுக்க வேண்டிய மதிப்பையும் தகுதிச் சான்றையும் தமிழகம் கொடுக்க வில்லை. தமிழக ஊடகங்கள், பல்கலைக்கழகங்கள், பிற நிறுவனங்கள் இத்தகைய அற்புதமான எழுத்தாளர்களையும்

அவர்களின் ஜீனியஸையும் கண்டுகொள்ளாத அளவு மூடத் தனமும் உணர்வின்மையும் கொண்டு செத்துப் போயுள்ளன. உலகத் தமிழிலக்கியம் என்ற கருத்தாக்கத்தை வளர்த்தெடுக்க வேண்டும். தமிழகப் பண்பாட்டைப் பற்றிச் சொல்வது போல் பிற பண்பாடுகளைப் பற்றிச் சொல்வதிலும் தமிழ் புதுச்செழிப்புடன் வளருகின்றது.

அடுத்ததாகத் தமிழில் வாசிக்க விரும்பும் உலகத் தமிழ் வாசகர்களுக்கு அறிமுகப்படுத்த நான் விரும்பும் கதை முகாந்திரம். இதன் கதையாடல் (கதை சொல்முறை) அமைப்பு, ஆழமாகிச் சிக்கல் கொண்டதாக இருந்தாலும் சிங்கப்பூரின் தமிழர்களும் தமிழ் முஸ்லிம்களும் ஒற்றுமையாய், குடும்ப உறுப்பினர்கள் போல் வாழ்ந்த பழங்காலத்திலிருந்து மும்பாய் குண்டுவெடிப்பு வரை நீள்கிறது. உலக முஸ்லிம் மற்றும் பிற மக்கள் மத்தியில் இக்காலகட்டத்தில் ஏற்பட்ட கலாச்சார, ஆச்சார, நடைமுறை மாற்றங்களைக் கூறுகிறது இந்தக் கதை. மனதைத் தொடும் வளர்ச்சிப் பிரவாகமாய் கதை முன்னோக்கி நகர்கிறது. எல்லோரோடும் சகஜமாகப் பழகிய ஒரு பாத்திரத்தின் தற்கொலை யைச் சுற்றி, பூடகமாய்க் கடைசி வரை எதற்காகத் தற்கொலை செய்தாள் என்ற கேள்விக்கு விடை வருவிக்கப்படாமலே கதை முடிகிறது. இந்துக்கள் அதிகம் இந்துவாகிறார்கள். முஸ்லிம்கள் அதிகம் ஆசாரவாதி முஸ்லிம்களாகிறார்கள். ஒரே குடும்பத்து உறுப்பினர்களாய், குழந்தையிலிருந்தே பழகியவர்கள் மன அளவில் தமிழ் இந்து-முஸ்லிம் என்று பிரிக்கிறார்கள். இந்தியாவில் இந்துத்துவக் கட்சி ஒன்று உருவாகும்போது—அது தமிழகத்தைப் பாதிக்காமலிருக்கலாம்—ஆனால், தென்கிழக் காசியாவை முழுவதும் பாதிக்கிறது. மலேசியாவில், சிங்கப்பூரில் இந்தியர்கள் என்றால் தமிழர்கள். ஆனால் இந்த இலங்கை, மலேசியத் தமிழர்களுக்கு இந்தியாவில்—டெல்லியில் ஆளுபவர் களுக்கு ஈழம் போன்ற பிரச்சினையில் தமிழர்கள் இந்தியர்கள் இல்லை என்ற மனோபாவம் இருப்பது தெரியாது போலிருக்கிறது. லதா அவர்களின் கதை திடீரென்று தென்கிழக்கு ஆசியப் பிரச்சினைகளைப் பேசும் ஊடகமாகிப் பெருவிரிவு பெறுகிறது. இந்தப் பரிமாணம் மிகச்சிறந்த தமிழகக் கதைக்கும் கூட இல்லாத ஒரு விஷயமாகும் என்று பதிவு பண்ண விரும்புகிறேன்.

இந்தக் கதை பல கதைப்பாத்திரங்களின் குரலில் பேசுகிறது. அதுபோல் உரையாடல் மூலம் கதை நகர்த்தப்படும் உத்தி அதன் தீவிர எல்லைக்கு எடுத்துச் செல்லப்படுகிறது லதாவால். இந்தக் கதையில். முஸ்லிம் தோழியும் இந்துத் தோழியும் குழந்தையிலிருந்தே ஒன்றாய் வளர்க்கப்பட்ட பின்னணி லேசாய்ச் சிதைய ஆரம்பித்துள்ள சூழ்நிலை கீழ்வரும் உரையாடலில் வருகிறது:

'ரொம்ப வேல செரீன் (முஸ்லிம் பெயர்). தேவாரங்களைத் தொகுத்தாச்சு. அதை டைப் செய்யணும். அதுக்குக்கூட நேரம் இல்லை'

'நான் செய்து தரலாம். ஆனா நீங்க ஒத்துக்க மாட்டீங்க'

'உனக்கு என்ன ஆச்சி செரீன்'

'திடீர்னு ரொம்ப பயமாயிருக்கு சென்னா'

இப்படி உரையாடல், புரியாமையைக்கூட, பொருட்படுத்தாமல் கதையின் தீவிர மையத்தின் சக்தியால் தொடர்கிறது.

லதா அவர்களின் உரையாடல் அவ்வளவு ஆற்றலுடன் அதே நேரத்தில் பல பண்பாடுகளை இழுத்துவரும் வாகனமாய் அமைகிறது. ஓர் உதாரணம்: பயணம் என்ற கதை. பழைய தமிழில் ஒரு சக்திவாய்ந்த கவிதைச் சொல்முறை உண்டு. பழைய தமிழ்ப் படித்தவர்கள் அதனைக் 'கூற்று' என்று அழைப்பார்கள். அதுபோல் லதாவின் கதையில் அந்தக் கூற்று (உரையாடல்) ஒரு தத்துவ உயரத்தில் கதையின் உள்பிரதியை (சப்-டெக்ஸ்ட்) உயர்த்தும் முறையில் அமைந்துள்ளது. அது நமக்குத் தெரியாமல் ஒரு தொனி அர்த்தத்தை வாக்கியங்களுக்கிடையில் நுழைக்கிறது. சீன கார் ஓட்டுநன் பேசுவதை லதா முன்வைக்கிறார், பாருங்கள்:

'உனக்குத் தமிழ் தெரியுமா?'

'தெரியாது'

'தமிழ் காசெட் வாங்கி வைத்திருக்கிறாய்'

'பயணிகளுக்காகத்தான். பார் நிறைய காசெட் வாங்கி வைத்திருக்கிறேன். வயதானவர்களுக்கு இது. இளைஞர்களுக்கு இது. பெண்கள் என்றால் இந்த காசெட்'.

முன்னால் சாய்ந்து அவனோடு பேசத் தொடங்கினேன்.

அவன் திடீரென்று 'சாரி' என்றான்.

'எதுக்கு?'

'உள்ளே சாப்பாடு வச்சிருக்கேன்'

'அதனாலென்ன? பரவாயில்லை'

'இன்று வெள்ளிக்கிழமை. நீங்கள் சாமி கும்பிடுவீர்கள். இது மாடு. வாடை அடிக்கும். நீ பூ வாங்கி இருக்கிறாய்தானே'.

'ஆமாம். பரவாயில்லையே நீ இந்தியர்களைப் பற்றி நிறைய தெரிந்து வைத்திருக்கிறாய்'.

இப்படிப் பல்வேறு மொழி, மத, சம்பிரதாயங்களைச் சங்கமிக்க வைக்கிறது லதா அவர்களின் சிறுகதைகளின் ஆற்றல் வாய்ந்த உரையாடல்.

இன்னொரு கதையைப் பற்றிச் சொல்லாமல் லதாவின் கதைகளைப் பற்றிய இந்தக் கட்டுரையை முடிவுக்குக் கொண்டுவர முடியவில்லை.

மழை-அப்பா என்ற தலைப்பில் ஒரு கதை. அப்பா அழுக்காடையுடன் இருக்கிறார். மகள் வேறு ஒரு சுத்தமான உலகில் வாழ்கிறாள். ஒருநாள், 'என் அப்பா என்று அறிமுகப் படுத்தவே நான் கூச்சப்படும், கூட நடந்து செல்லவே வெட்கப் படும், இவருக்குப் போய் மகளாய் பிறந்தேனே என்று தினமும் நான் வேதனைப்படும் அப்பாவா... அப்பா ரேடியோ கேட்பாரா?' என்று மகள் ஆச்சரியப்படும் அப்பா, சந்திரனுக்குப் போகும் நீல் ஆம்ஸ்ட்ராங் பற்றிப் பேசுகிறார். ஒருநாள், எப்போதும் பீர் குடிக்கும், அழுக்கு ஆடையுடன் இருக்கும் அப்பா, சிகரெட் குடிக்கும் அவளை அழைத்துப் பேசுகிறார். அவர், அவளுக்குக் காப்பி கலக்கிக் கொடுத்தபோது, அவர் குவளையைக் கழுவியிருப்பாரா என யோசிக்கிறாள் மகள். தந்தை மலேசியத் தோட்டத்திலிருந்து நகரத்துக்கு வந்த மகளுடன் இருக்கிறார். அவர் சொல்கிறார்:

'நான் கலக்கினா நீ குடிக்க மாட்டேன்னு தெரியும். ஆனா காலேலேர்ந்து வெறும் வயித்தோட இருக்கிற. அதான் கலக்கினேன். அவ வேலுச்சாமியோட தான் போயிருக்கணும்' என்று அவரது மனைவி ஓடிப் போனதைச் சொல்கிறார்.

அவளுக்கு அப்போது மட்டும் கண் கலங்குகிறது. அதன் பிறகு 16 ஆண்டுகள் தந்தை மகளிடம் அம்மா பற்றிப் பேசவே இல்லை

என்று கதையாசிரியர் எழுதுகிறார். ஓவர்டைம் வேலை செய்ததில் ஏற்பட்ட முதுகுவலி சுளீரென்று உறைக்க வருமானத்தைத் தாண்டிய செலவுகள் பற்றி மகள் நினைக்கிறாள்.

தமிழ் மக்கள் வேறுநாட்டில் அவர்களின் அழுக்குப்பிடித்த தந்தைமாரை நினைத்தபடி வாழ்வதையும் தந்தை மகளுக்குள் இருக்கும் வேறுபாடுகளையும் சொல்லும் கதை இப்படி முடிகிறது:

> முப்பது வருஷம் முன்னாடி ஒருநாள் இப்படி மழைபெய்த போதுதான் நிலவுக்கு அப்பொல்லொ போச்சுது.

கதைசொல் முறையாலும் உரையாடல் அமைப்பாலும் கவனத்தைக் கோருகிறது. சிங்கப்பூர் போன்ற இடங்களில் உள்ள ஓரளவு பணம் புழங்கும் குடும்ப வாழ்க்கையில், முந்திய தலைமுறையைச் சார்ந்ததாய் ஓடிப்போனதை நினைவில் கொண்டுவராமலும் வாழும் வாழ்க்கை அச்சடையாளமாகப் பதிவாகிறது. இந்தியாவில் தமிழக மத்தியதர வாழ்க்கையும் சென்னை, பெங்களூர் போன்ற நகரங்களில் நடைபெறும் வாழ்க்கையும் லதா சித்திரிப்பது போல கதைகளாகவில்லை என்பதையும் நாம் மறப்பதற்கில்லை.

இதுவரை சில கதைகளை மட்டுமே இங்கு அறிமுகப்படுத்தி யுள்ளேன். ‘நாளை ஒரு விடுதலை’ என்ற கதையில் வீட்டுவேலை செய்கிறவள் கஷ்டங்களுக்கிடையில் கடைசியாக வீட்டு எஜமானனின் உடல் பசிக்கு இணங்கும்போது ‘நமக்கும்தான் வேண்டியிருக்கிறதே’ என்கிறாள். ‘இதுவரை’ என்ற கதை விமான ஓட்டியான கதைசொல்லியின் கஷ்டங்கள், நினைவுகள், முடிவு என அமைகிறது. வீடு, அறை என்ற இரண்டு கதைகளும் இடத்தோடு மனித உயிர்கள் கொள்ளும் உறவு பற்றிச் சொல் கின்றன. ‘படுகளம்’ என்ற கதை சமயம், புராணம் இவற்றில் ஊறிப் போன வாழ்வு வழிபாட்டை தன்னிலிருந்து வேறுபடுத்தாமல் அவையாகவே மாறிவிடும் பாத்திரத்தைக் காட்டுகிறது.

உலகத் தமிழ் இலக்கியம் என்ற எதார்த்த உண்மை உருவாகி விட்டது. இவற்றை ஆய்வு செய்ய, விவாதிக்கப் போதிய பயிற்சி, தமிழ்ச் சமூகத்தில் இல்லை. எனினும் லதாவின் கதைகள் உலகத் தரமான தமிழ்க்கதைகள் என்று தயக்கமில்லாமல் கூறலாம்.

5
வித்தியாசம் தெரியாத பார்வைகள்

தமிழில் கல்வி நிறுவனங்களுக்குள் இலக்கியக் கல்வி தரப்பட வில்லை.

அதனால் இலக்கியம் பற்றிய ஆரம்பப் பாடம்கூட இல்லாத தமிழ்ப் படிப்பே நம் இளைஞர்களுக்குக் கிடைத்துள்ளது. சினிமா பாட்டைக் கவிதை என்று நினைக்கும் மாணவர்களே அதிகம் உள்ளனர். இது தமிழின் சாபக்கேடு. இந்தச் சாபக்கேட்டால் உருவானவர்களே தமிழ்த் துறையினரும் நம் முதலமைச்சர் போன்றவர்களும். சினிமா பாட்டுக்கும் இலக்கியத்துக்கும் வித்தியாசம் தெரியாத பரிதாபம்.

கன்னடத்தில் மிக பிரபலமான சினிமா பாடலாசிரியர் ஒரு முறை பெங்களூர் பல்கலைக்கழகக் கன்னடத் துறைக்கு வந்தார். ஆனால் எந்த மாணவரும் அவரைப் பார்க்க ஓடிவந்து குவிய வில்லை. கேட்டபோது சினிமா பாடலாசிரியர்களைப் பெரிய இலக்கிய ஆளுமைகளாகத் தாங்கள் கருதுவதில்லை என்றனர் மாணவர்கள். ஆனால் நம் நிலை? பல தமிழ்ப் பேராசிரியர் களுக்கே சினிமா பாட்டுக்கும் சரியான கவிதைக்கும் உள்ள தாரதம்மியம் தெரியாது.

இந்த வித்தியாசமே தெரியாத ஒரு சூழலில் நவீனத்திற்கும் பின்-நவீனத்திற்கும் இருக்கும் வித்தியாசம் எப்படித் தெரியும்?

மூன்றாம் வகுப்பு படித்த ஒரு நடிகன் நடித்த எல்லாப்படங் களையும் பற்றி இன்று பொது அறிவுப் போட்டி வைக்காத பள்ளிக்கூடமோ டீவி சானலோ உண்டா? அரசியலும் சினிமாவும் இணைந்து தமிழகத்தைப் படாத பாடுபடுத்துகின்றன.

என் போன்றவர்கள் தமிழகத்தை விட்டுவிட்டு எழுபதுகளில் வேறு மாநிலங்களுக்குப் போய்விட்டதாலும் பிற மொழிகளில் என்ன நடக்கிறது என்று கவனித்ததாலும் தமிழ்ச் சிறுபத்திரிகை களின் எழுத்துகளால் கவரப்பட்டுச் சிறுபத்திரிகைகளுக்குப் போய்விட்டோம். நான் கர்னாடகத்துக்கு எழுபதுகளில் வந்தபோது இங்கே நவீனத்துவம் கோலோச்சிக்கொண்டிருந்தது. எங்குப் பார்த்தாலும் புதுக்கவிதைத் தொகுப்புகள் காட்சிதந்தன. நவீனத்துவம் என்ற பேச்சாகவே இருந்தது. அப்போது இங்கு பின் நவீனத்துவம் பற்றி யாருக்கும் தெரிந்திருக்கவில்லை.

பின்நவீனத்துவம் பற்றித் தமிழில்தான் முதலில் பேசினார்கள். அமைப்பியல் தமிழில்தான் முதன் முதலில் பேசப்பட்டது.

கன்னடத்தில் பின்னால் வந்தது. ஃபூக்கோ பற்றித்தான் முதலில் கன்னடத்தில் பேச்சு வந்தது. தப்பும் தவறுமாக ஒரு ஃபாஷன் போல் பேசினார்கள்.

எல்லோரும் பின்நவீனத்துவத்துடன் நவீனத்துவத்தையும் இன்று சேர்த்துப் பேசுகிறார்கள். இவ்விரண்டு சொற்கள் மீண்டும் முக்கியமாகியுள்ளன. இந்தச் சொற்கள் இன்று இலக்கியத்திலும் ஓவியத்திலும் ஒருவகை எதிர்ப் பதங்களாகப் பயன்படுத்தப் படுகின்றன. ஆனால் இப்படிப் பயன்படுத்துவது, அதாவது பின்நவீனத்துவத்துக்கு எதிரானது நவீனத்துவம் என்று நினைப்பது ஓரளவுதான் சரி. இன்னொருவகையில் தப்பு.

இன்று வலைப்பூவில் எழுதும் பலரும் இந்தச் சொற்களைத் தவறாகத்தான் பயன்படுத்துகிறார்கள்.

அதனால் இந்தப் பதங்களை ஒவ்வொன்றாக முதலில் விளக்க வேண்டும்.

நவீனத்துவம் என்றால் என்ன?

நவீனத்துவம் வேறு; புதுமை வேறு. நவீனத்துவம் என்ற சொல் முதல் உலகப் போர் நடந்த காலத்தில் உருவான இலக்கிய, கலை, மற்றும் ஓவியப் போக்கு ஒன்றின் பெயர்; புதியதெல்லாம் நவீனத்துவம் கொண்டதல்ல. புதியதை ஆங்கிலத்தில் Modern என்றும் நவீனத்துவத்தை *மாடர்னிசம்* என்றும் அழைப்பார்கள்.

இலக்கியத்திலும் ஓவியத்திலும் இந்த இரண்டு சொற்களையும் தொடர்பில்லாததாய் கருதுகிறார்கள். சினிமாவிலும் அப்படித்தான்... பிரஞ்சு சினிமா இயக்குநர்களான கோடார்ட், ட்ரூஃபாட் போன்றோர் நவீனத்துவ சினிமாவைக் கண்டுபிடித்தவர்களாகக் கருதப்பட்டவர்கள். புதிய சினிமாவைக் கண்டு பிடித்தவர்கள் அல்ல. எனவே 'நவீனத்துவம்' என்பதன் அர்த்தம் வேறு; 'புதிய' என்ற சொல்லின் அர்த்தம் வேறு.

அப்படியென்றால் நவீனத்துவம் எதைக் குறிக்கிறது?

ஆங்கிலத்தில் டி.எஸ். எலியட் கவிதைகள் நவீனத்துவக் கவிதைகள். தமிழில் நகுலன் ஒரு நவீனத்துவ எழுத்தாளர். அவருடைய நாவல்கள், சிறுகதைகள், கவிதைகள் நவீனத்துவ படைப்புகள் ஆகும். தனிமையும் நோய்மையும் பீடிக்கப்பட்ட பாத்திரங்களை இவர் எழுத்துகளில் காணலாம். இதற்கு *நினைவுப் பாதை* என்ற இவர் நாவலே உதாரணம். தற்கொலை செய்து கொண்ட ஆத்மாநாம் ஒரு நவீனத்துவக் கவிஞர். இவர்களை எல்லாம் கேள்விப்பட்டிருக்கிறீர்களா? இவர்கள் படைப்புகளில் அகத்தேடலும் பயமும் சுய-இரக்கமும் எதிர்கால நம்பிக்கை யின்மையும் சாவின் நினைப்பால் விரட்டப்படுபவர்களின் சித்திரிப்பையும் காணலாம்.

தமிழில் நவீனத்துவ சினிமா இன்றுவரை எடுக்கப் பெற வில்லை. மலையாளத்திலும் இந்தியிலும் கன்னடத்திலும் நவீனத்துவ சினிமா வந்துள்ளது. மலையாள எழுத்தாளர் சேது எழுதிய நாவல் *பாண்டவபுரம்*. அதே பெயரில் வந்த *பாண்டவபுரம்* என்ற சினிமாவைப் பார்த்தவர்களுக்கு நவீனத்துவ சினிமா புரியும். கோடார்டின் பிரஞ்சு திரைப்படம் *ப்ரீத்லெஸ்* ஒரு கிளாசிக். சிலர் பார்த்திருப்பீர்கள். எதிலும் நிச்சயமில்லாமல் இருக்கும்

கதைத்தலைவனின் குணத்தைக் காட்ட காமராவை இடது புறமும் வலதுபுறமும் அசைத்து அதை ஊசலாடும்படிவிட்டு படத்தை எடுத்திருப்பார் கோடார்ட். கதாபாத்திரத்தின் ஊசலாட்டமும் கையற்ற நிலையும் மாடர்னிசத்தின் கூறுகள். தவிர்க்க இயலாமல் சாவை விரும்பும் பாத்திரங்கள் நவீனத்துவப் படைப்புகளில் வரும். உயர்ந்த படைப்புகள் ஒருவித தத்துவச் சாயலைக் கொண்டிருக்கும். நவீனத்துவப் படைப்புகள் எக்சிஸ்டென்ஷியலிசத் தத்துவத்

தன்மையுடன் எழுதப்பட்டிருக்கும் (எக்சிஸ்டென்ஷியலிசம் பற்றியும் பின்னால் பார்க்கலாம்).

ஓவியத்தில் பிக்காசோவைக் கூறலாம். சிதைந்த உருவங்கள் நவீனத்துவத்தின் கூறுகள். பிக்காசோவின் கூர்னிக்கா என்ற ஓவியத்தைப் பற்றிக் கொஞ்சம் சொல்லவேண்டும். கூர்னிக்கா ஓவியம் இரண்டாம் உலக மகாயுத்தத்தின் கொடூரம் பற்றிக் கூறுகிறது. ஆனால் ஒரு மின்சார பல்ப் ஓவியத்தின் நடுவில் தொங்குவது தவிர எந்தக் கோரமும் ஓவியத்தில் இல்லை. ஓவியம் முழுதும் ஒரு குதிரை தென்படுகிறது. இப்படிக் குறியீடுகள் வழி செய்தியை அறிவிப்பது நவீனத்துவ பாணியாகும்.

தமிழில் உதாரணம் சொல்லவேண்டுமென்றால் நகுலனின் இந்தக் கவிதையைக் கூறலாம்.

நவீன விருட்சம் என்ற இதழில் வந்த கவிதை இது. இவ்வளவு தான் கவிதை:

நில்
போ
வா

வா
போ
நில்

போ
வா
நில்

நில் போ வா?

கவிதை இங்கே முடிகிறது. இதைக் கவிதை என்று ஏற்றுக் கொள்வீர்களா? மனிதனின் அதீத வெறுமையைக் கூறவும் எந்தப் பேச்சிலும் அர்த்தமில்லை என்று கூறவும் மனிதன் நஷ்டமாகிப் போனான் என்பதைக் கூறவும் யாரும் யாருடனும் உரையாட முடியவில்லை என்பதைக் கூறவும் இந்தக் கவிதை முயல்கிறது. நில் என்பதும் வா என்பதும் போ என்பதும் ஒன்றே என்று இந்தக் கவிதை சொல்ல முயல்கிறது. மனிதன் தொடர்புறுத்த முடியாத சிக்கலில் மாட்டிக்கொண்டான் என்பதைக் கூறுகிறது. இன்னொரு

கவிதையைப் பாருங்கள். ஞானக்கூத்தனுடையது இது.

விழிக்கிறான்
காலொன்று
காணலை

இதுபோல் இன்னொரு ஞானகூத்தன் கவிதையும் உள்ளது. அதுவும் சிதைத்தல் (ஃப்ராக்மெண்டேஷன்) என்னும் உத்தியைக் கொண்டதாகும்.

வள்ளிக் கிழங்கின்
பதமாக
வெந்துபோன
அவள் உடம்பை
பிட்டுத்தின்னத்
தொடங்கிற்று...

எனக் கவிதை போகிறது. பிள்ளைகள் தாயின் உடலைத் தின்னு கின்றன. தமிழில் இரண்டாயிரமாண்டுகளில் இப்படிக் கவிதை எழுதப்பட்டதில்லை. இதுபோல் பெங்களூரில் வைத்துத் தற்கொலை செய்த ஆத்மாநாம் கவிதைகளும் தீவிர வெறுமையைக் காட்டுகின்றன.

ஒன்றுமில்லை
சும்மாதான்
வேறு ஒன்றுமில்லை
ஆரம்பமே ஒன்றுமில்லை
பின் எப்படி இவ்வளவும்
இவை யாவும் ஒன்றுமில்லை...

இப்படித் தொடர்கிறது. அதாவது வாழ்க்கையைச் சிக்கும் சிடுக்குமாக காட்டுவது மாடர்னிசம் என்னும் நவீனத்துவம்.

இவை பற்றி முதன்முதலாக படிப்பவர்களுக்கு இதுபோல் சித்தர் களும் பாடியுள்ளார்களே என்று ஐயம் தோன்றும். சித்தர்கள் காயமே இது பொய்யடா என்று பாடியது வேறு; அது ஒருவித நம்பிக்கை, தத்துவம், பார்வை. எப்போதும் உலகம் இப்படித்தான் என்ற எண்ணம் சித்தர்களிடம் இருந்தது. நவீனத்துவம் அப்படிச் சொல்ல வில்லை. இது இரண்டாம் உலகப்போரால் விளைந்த ஒரு மனநிலை.

அமைப்பியல் போல இது ஒரு சிந்தனை முறை அல்ல. ஒரு காலகட்ட மனநிலை. அகில உலகத்தையும் ஆக்கிரமித்த

மனநிலை. நான் கூறும் இவ்வளவும் எளிமைப்படுத்தப்பட்ட அறிமுகம். இத்தகைய போக்குள்ள எழுத்தாளர்களை நீங்களும் வாசிக்கும் போது அடையாளம் காணலாம். அது உங்களுக்கு ஓர் படைப்பைச் சரியாக வாசிக்க உதவும்.

தமிழில் இச்சிந்தனைமூலம் எழுதியவர்கள் ந. முத்துசாமி, ஞானக்கூத்தன், நகுலன், பாரவி, சுந்தர ராமசாமி, மௌனி, அசோகமித்திரன் போன்றவர்கள்.

6

விமரிசனத்தில் தோல்வி: புதியவர்களின் கவிதை

புதுக்கவிதை என்ற பெயரில் சுமார் ஐம்பது வருடங்களாக யாப்பில்லாத ஒரு வகைக் கவிதை தமிழில் காலூன்றிவிட்டது. ஆனால், இந்தக் கவிதையின் அடிப்படையான பொதுக்குணம் என்ன என்ற ஒரு விளக்கம்—எல்லோரும் ஒத்துக்கொள்ளக்கூடிய விதமாக—இதுவரை உருவாக்கப்படவில்லை.

ந. பிச்சமூர்த்தி எழுதியதுதான் புதுக்கவிதை என்றால் என்.டி. ராஜ்குமார் எழுதுவது அதே வகை புதுக்கவிதையே அல்ல. நான் சொல்லவருவது இதுதான். ந. பிச்சமூர்த்தி எழுதியது புதுக் கவிதை என்றால் என்.டி. ராஜ்குமார் எழுதுவது யாப்பில்லாத இன்னொரு விதமான கவிதை. அதாவது ந. பிச்சமூர்த்தியும் என்.டி. ராஜ்குமாரும் எழுதுவது வேறு ஒரு பெயரில்லாததால்தான் புதுக்கவிதை என்று அழைக்கப்படுகிறது. புதுக்கவிதை பற்றிய சிந்தனைக் கட்டுரைகள் எண்பதுகள் வரை வந்த வேகத்தில் இன்று வருவதில்லை.

ஏன் வரவில்லை என்றால், அகில உலக கவிதைகள் பற்றிய ஆராய்ச்சி முறை பற்றிய பழக்கம் உள்ளவர்கள் எண்பதுகளுக்குப் பிறகு வரும் தமிழ்ப் புதுக் கவிதையின் வியக்கத்தக்க ஆற்றலையும் குணவிளக்கத்தையும் தீவிரத்தையும் பற்றி எழுதவில்லை. கவிதை இலக்கியத் திறனாய்வு பற்றி யாரும் கடந்த பதினைந்து வருடங்களாய் அக்கறை காட்டவில்லை என்றே எனக்குப் படுகிறது.

எண்பதுகள்வரை தமிழிலக்கிய விமரிசனம் கவிதை ஆராய்ச்சிக்கும் திறனாய்வுக்கும் போதிய அக்கறை காட்டியது. அதனால்

கவிதைகள் ஒரு புதிய வளத்துடன் வளரத்தொடங்கியுள்ளன. இவ்வளவு வகைகளா என்று ஒரு நூற்றாண்டுகால கவிதை வரலாற்றை அவதானித்து வருகின்ற என் போன்றோருக்கு வியப்பு ஏற்படுகிறது.

ந. பிச்சமூர்த்தியின் கவிதைகள் பற்றி ஓர் அர்ப்பணிப்பு மனோபாவத்துடன் எழுதிய இருபதாம் நூற்றாண்டின் நிகரற்ற தமிழிலக்கிய ஆளுமையான சி. சு. செல்லப்பா, கன்னடம் போன்ற மொழிகளுக்குக் கிடைத்திருந்தால் எப்படிக் கொண்டாடப் பட்டிருப்பார்? அத்தகைய சிசுசெ என்ற தற்காலத் தமிழிலக் கியத்தின் உண்மையான நாயகன், ந. பிச்சமூர்த்தி பற்றி *ஊதுவத்திப் புல்* என்ற பெயரில் ஓர் அற்புதமான நூல் எழுதியுள்ளார். இலக்கியத்திற்கு எத்தனை பரிசு உண்டோ அத்தனையும் கொடுக்கக் கூடிய தகுதி படைத்த அந்த நூல் பற்றி (யார் யாரோ தன் பெயரில் வலைப்பூ ஏற்படுத்தித் தம் புகழ்பாடும் இன்றைய கட்டத்தில்) குறிப்பிட்டுப் புகழ்வார்கள் என்று யாராவது கருதினால் அவன் மடையனாகத்தான் இருப்பான்.

இந்த *ஊதுவத்திப் புல்* என்ற நூல் ஒருவகை இலக்கிய விமரிசனமென்றால், இதே காலகட்டத்தில் புதுக்கவிதை பற்றி மிக நல்ல விமரிசனங்களை எழுதி இன்று கவனிக்காத இன்னொரு பெயராக மாறியுள்ள சி. கனகசபாபதி என்ற ஆச்சரியமிக்க இடதுசாரி இலக்கியத் திறனாய்வாளர், *எழுத்து* பத்திரிகையில் எழுதிய இலக்கிய விமரிசனமுறை சி. சு. செல்லப்பாவினுடைய தைவிட வேறுபட்டது. இதன்பிறகு எழுபதுகளிலும் எண்பது களிலும் தொல்காப்பியம் சார்ந்த புதுக்கவிதைத் திறனாய்வு தோன்றியது. இந்தத் தொல்காப்பியமுறை சார்ந்த இலக்கியத் திறனாய்வு சிசுசெ மற்றும் சி.க.வின் உத்திமுறை சார்ந்த— மேற்கத்தியத் திறனாய்வின் சத்துவத்தை உள்ளேற்ற—சுயத்தமிழ் பாணி விமரிசனத்தை நிலைநாட்டியது. அதுபோல் தி.சோ. வேணு கோபாலன், எஸ். வைதீஸ்வரன், சி. மணி, தர்மு சிவராமு என்ற இலங்கைக்காரர் ஆகியோர் ஆங்கிலப் பாதிப்பில் எழுதிய புதுக்கவிதை பிற்காலத்தில் சுயமண்ணின் குணத்தோடும் தனிக்குணத்துடனும் வளர்வதற்கு ஓர் ஆரம்பத்தைக் கொடுத்தன. திசோவே, எஸ். வைதீஸ்வரன், சி. மணி ஆகியோரிடம் டீ. எஸ். எலியட் பாதிப்பும் இலங்கைத் தமிழின் சுயகுணமோ இந்தியத்

தமிழின் சுயகுணமோ இல்லாத தர்முவிடம் மாயக் கோவ்ஸ்கி, டி.எஸ். எலியட் போன்றோரின் மேல்நாட்டுப் பாதிப்பும் காணப்பட்டன. இவர்கள் யாரும் அரசியல் பிரக்ஞை உடையவர்கள் அல்லர்; தமிழரசுக் கட்சியிலிருந்த ஞானக்கூத்தன் எழுத ஆரம்பித்த சமயத்தில் தமிழ்ப் புதுக்கவிதை ஒரு தமிழ்த் தன்மையுடன் தோன்றியது.

இந்த இடத்தில் இன்னும் சில விஷயங்களைப் பற்றி யோசித்துப் பார்க்க வேண்டுமென்று எனக்குத் தோன்றுகிறது. திசோவே, எஸ். வைதீஸ்வரன், சி. மணி போன்றோர் மூன்றுவித புதுக் கவிதை பாணிகளின் தோற்றுநர்கள் (இவர்களுக்கு இதற்கான கௌரவம் கொடுக்கப்பட்டிருக்கிறதா என்பது வேறு விஷயம்). புதுத் தமிழ்க்கவிதை அதன் சுயத்துவத்துடன் பிறகாலத்தில் ஆல்போல் கிளைக்க இவர்கள் பயன்பட்டார்கள். ந. பிச்ச மூர்த்திக்குப் புதுக்கவிதை தோற்றுநர் என்ற கௌரவத்தை தமிழ்ச்சமூகம் கொடுக்க சிசுசெ முன்னின்று உழைத்தார். பாரதிதாசனும் ந. பிச்சமூர்த்தியும் ஒரே காலகட்டத்தில் ஒருவர் மற்றவருடன் எந்த ஒட்டுறவுமின்றி வாழ்ந்து மறைந்தனர். இதை ஒரு நூறு வருடங்களுக்குப் பின்வரும் இலக்கிய வரலாற்றாளன் (அப்படி யாராவது வந்தால்) ஆச்சரியப்பட்டு மாய்ந்துபோவான்.

இலக்கியத்தில் பாதிப்பு, சுயத்துவம், சாதி போன்றன ஆய்வுக்கும் ஆழமான அலசலுக்கும் தேவையான சமாச்சாரங்கள்.

வழியாடி
கரைசாடி
விம்மிப் புடைத்துறுமி
வருகின்ற
வெள்ளம் சிவமதமா
இல்லை வெறுந்துயரா?

(*கோடை வெயில்* தொகுப்பில் 'வெள்ளம்' என்ற கவிதையின் ஆரம்ப வரிகள்).

இந்தக் கவிதை வரிகளை இன்று படிப்பவர்கள் புதுக் கவிதையின் ஆரம்பம் இப்படிப்பட்ட புரியாத ஒரு குகை யிலிருந்தா வந்தது என்று ஆச்சரியப்படுவார்கள் என்று கருதுகிறேன். *புடைத்துறுமி, சிவமதம்* போன்ற சொற்கள் இவர்களுக்கு

தி.சோ.வேணுகோபாலனை ஒரு கற்கால மனிதராகக் காட்டலாம். இந்த விதமான தன்மைகளுடன் பழமைச் சாய்வு, சாதி போன்ற வற்றின் புதுக்கவிதை பாதிப்புகளையும் கணக்கிலெடுக்க வேண்டும். ந. பிச்சமூர்த்தியும் வேறு பல புதுக்கவிதை தோற்றுநர் களும் ஒரு சமூகவியல் கோணத்தில் பிராமணர்கள் (தமிழில் சாதிப் பெயர் ஒரு குறுகிய எதிர்வினையை ஏற்படுத்துகிறது. கோசாம்பி போன்ற ஆய்வாளர்கள் பிராமணர்கள் என்ற ஆய்வு முறையை வைத்திருக்கிறார்கள் என்பதைக் கவனிக்கவும்). சென்னை பச்சையப்பன் கல்லூரித் தமிழ்ப் பேராசிரியர் ஒருவர், புதுக் கவிதை எழுதும் தன் மாணவனை பிராமணர்களின் வலையில் விழுந்துவிடாதே என்று நிரம்ப அக்கறையுடன் சொன்னதை எழுபதுகளில் அந்த மாணவர் என்னிடம் கூறியது ஞாபகம் வருகிறது.

...
பெருத்த உடலும்
பிரசவக் கோடுகள் நிரம்பிய வயிறும்
ரொம்பவும்தான் அருவருப்பூட்டுவதாய்
சொல்கிறாய்...

(சல்மாவின் ஒரு மாலையும் இன்னொரு மாலையும் தொகுப்பில் 'இரண்டாம் ஜாமத்துக் கவிதை') என்ற கவிதையில் தென்படும் அடையாளத்துக்கும் தி.சோ. வேணுகோபாலன் கவிதையில் வெளிப்படும் அடையாளத்துக்கும் சம்பந்தமிருக்கிறது என்றே எனக்குப் படுகிறது. திசோவேயில் சாதி, மதம், மொழிவழி. சல்மாவிடமும் பாலினம், மொழி, சாதிவழி. ஆனால் பொதுவாய் இருவரும் இருவேறு உலகத்தவர்கள். எந்தத் தொடர்பும் இல்லாதவர்கள். இருவரின் மொத்த கவிதைகளையும் படித்தால் இது நன்கு தெளிவாகும். 1965ஆம் ஆண்டுவந்த திசோவே கவிதைத் தொகுப்புக்கும் 2000இல் வந்துள்ள சல்மாவின் தொகுப்புக்கும் தெளிவான கால அடையாளங்களும் இருக்கின்றன.

பாரதிதாசன் பிராமணரல்லாதார் இயக்கத்தில் கவிஞராக முன்நிறுத்தப்பட்டவர். அவர் காலத்தில் திசோவேயாகட்டும், சி.சு. செவாகட்டும், ந. பிச்சமூர்த்தியாகட்டும் கவிஞர்களாக வெளியே பிரபலமாகாதவர்கள். ஆனால், இன்று பாரதிதாசனின் கவிதை பாணி (யாப்பு, தமிழ்மொழி பற்றிய அக்கறை, சொல்லும்

முறை) தோல்வியாகிவிட்டிருக்கிறது. திசோவே., நபி, சிசுசெ, பாணி வழியில் ஒரு புதிய கிளை உயிர்பெற்று எதிர்காலத்தை முற்றிலும் தனக்குச் சொந்தமாக்கப் போகிறது. அந்த எதிர் காலத்தில் பாரதிதாசனின் இடம் கேள்விக்குள்ளாகாதா? தமிழ்மொழி வாழ்த்து மரபும், தமிழ் அடையாளமும் கவிதைக் குரியவை அல்ல என்று இன்று உறுதிப்பட்டுத் தமிழடையாளம் இலங்கைக் கவிதைகள் வழி வேறு பாதையில் நடையிடுகிறது. தமிழகத்தில் தமிழடையாளம் சங்ககாலக் கவிதையின் இன்னொரு மரபை நிலைநிறுத்துவது என்பது இன்று சிலர் கவிதைகளில் தெளிவாகின்றது. பாரதிதாசன் வழியில் தமிழ்நாட்டு வரலாறு பின்னிப் பிணைந்துள்ளது.

எத்தனை ஞாபகார்த்தச் சின்னங்கள் பாரதிதாசனுக்கு. ஆனால், எந்தத் தமிழ்நாட்டு கௌவரத்துக்கும் ஆளாகாத நபி, திசோவே, எஸ். வைதீஸ்வரன் வழி ஏற்பட்ட மரபின் சில இழைகள் இன்று அங்கீகரிக்கப்பட்டுவிட்டன. கனிமொழி, தமிழச்சி, சல்மா ஆகியோர் நபி, தி.சோ.வே. மரபைப் பாரதிதாசன் வழி இணைக் கிறார்கள்.

இன்னொன்று, கவிதைக்கும் அதிகாரத்துக்கும் (*பவர்*) பாரதி தாசனிடம் இருந்த இணைவு நபி, திசோவேயிடம் அந்த முறையில் இல்லை. ஆனால் நபி, திசோவேயிடம் அதிகாரமே யில்லை என்று நுண் அதிகாரம் (*மைக்ரோ பவர்*) பற்றி அறிந்தவர்கள் கூறமாட்டார்கள். நபி, திசோவேயிடம் இலக்கிய அதிகாரம், உள்ளிருந்து தோன்றிய ஒன்று, இருந்தது. அதனால்தான் கனிமொழி, தமிழச்சி, சல்மா போன்ற இன்றைய அரசியலதிகாரத் திற்கு அருகிலிருக்கும் நல்ல கவிஞர்கள் நபி, திசோவே மரபில் புதுக்கவிதைக்கு வந்து சேர்ந்தார்கள்.

பாரதிதாசன் காலத்து இலக்கியம், அதிகாரம் போன்றன இன்று மாற்றத்துக்கு ஆளாகிவிட்டன. பாரதிதாசனையும் அவரது சாயல்வழி இலக்கிய அங்கீகாரக் குடைபிடித்தவர்களையும் வரலாறு மிகவும் விரைவில் எந்தத் தொட்டியில் வீசவேண்டுமோ அங்கு வீசினாலும் வீசலாம். ஆனால், இலக்கிய ஆய்வுப்பக்கம் நிற்கும் நம் பிரச்சினை அதுவல்ல. பாரதிதாசன் வழி வெளிப்பட்ட இன்னொரு அம்சம் அவரது கவித்துவத்தின் உள்வடிவத்தைப் பிரச்சினையாக்கும் (*ப்ராப்லமடைஸ்*) நிலை. பாரதிதாசன் கவிதை

வரலாற்றில் ஒரு பெரிய மாற்றத்தைச் செய்ய முனைந்தார். பாரதி வழிவந்த சம்ஸ்கிருத மரபு சார்ந்த வேத இலக்கிய மரபு, இந்தியா முழுதும் பரவிய காலத்தில் முழு இந்தியாவிற்கும் ஒரு மாற்றுச் செம்மரபு (அல்டர்னெட் கிளாசிக்கல் ட்ரடிஷன்) வேண்டும் என்று கவிதை செய்தவர் பாரதிதாசன். அதற்காக ஒன்றில், அந்தந்த மொழியின் நாட்டுப்புற மரபுக்குப் போக வேண்டும். அல்லது அந்தந்த மொழியின் சுயம் சார்ந்த செம்மரபுக்கு (அப்படி ஒன்று இருந்தால்) போகவேண்டும். இந்தியாவின் பிற மொழிகளில் இல்லாத மாற்றுச் செம்மரபு தமிழுக்கு மட்டும் இருந்தது. அது சங்ககால கவிதை மரபு. அதனைப் பயன்படுத்தும் புரட்சிகரமான காரியத்துக்குப் போனவர் பாரதிதாசன். அதனால் அவரைச் சரியாகவே புரட்சிக்கவிஞர் என்று யாரோ பெயர் சூட்டினார்கள்.

ஆனால் பிரச்சினை புதுக்கவிதை வந்த பிறகு தோன்றியது. புதுக்கவிதையின் கவித்துவச் சட்டகம் (பொயடிக் பாரடைம்) வேறு. அது தீவிர மனநிலையை வேண்டுவது. அந்தத் தீவிர கவித்துவம் சங்கக் கவிதையைத் தீவிரப்படுத்தி உள்வாங்கியது. பாரதிதாசனின் சங்க இலக்கிய சுவீகரிப்பு வேறு முறையிலானது. புதுக்கவிதை தனக்குப் பயன்படும் என்று கண்டுகொண்ட சங்கக் கவித்துவம் வேறு; பாரதிதாசன் பயன்படுத்தித் தன்னைக் கவிஞராக்க நினைத்த சங்கக் கவித்துவம் வேறு. பாரதிதாச னுடையது இன்றைய நோக்கில் பிரச்சினைக்கு உரியதாக உள்ளது.

... ...
முற்றத்தில் சொட்டுகிற நீரில்
சீராய் எழுந்து அடங்குகிற
எண்ணிக்கையில் அடங்காத நீர்க்குமிழிகள்
('நீர்க்குமிழிகள்', பச்சைத் தேவதை).

சல்மாவின் இந்தக் கவிதை வரிகள் சங்க இலக்கியத்தின் மனித உணர்வையும் இயற்கை நிகழ்வையும் இணைக்கும் ஒருவித உத்தியை எனக்கு ஞாபகமூட்டினாலும் இவரது கவிதையும், கனிமொழி, தமிழச்சி போன்றோர் கவிதைகளும், அனைத்திந்திய, அதுபோல் அனைத்துலகக் கவிதை மரபைச் சார்ந்தவையாகும்.

இங்கு யாரும் கவனிக்காத ஒரு விஷயம் நடந்திருக்கிறது. பாரதிதாசனின் பாணிக் கவிதைகளிலிருந்து அதிகாரம் மெல்ல

இடம்மாறி நபி, திசோவே, எஸ். வைதீஸ்வரன் பாணிக் கவிதைகளுக்கு வந்திருக்கிறது. கனிமொழி, தமிழச்சி, சல்மா பாணிக் கவிதைகளுக்கு அரசியல் அரங்கத்தில் அங்கீகாரம் வந்து முழுமை பெற்றதும் இந்த மாற்றம் எல்லோருக்கும் தெரிந்ததாகி விடும். இன்னொரு அம்சத்தையும் கவனிக்கவேண்டும். பாரதி தாசன் பாணிக் கவிதைகளில் அதிகாரமும் புதிர்மையின்மையும் இணைந்திருந்தால் கனிமொழி, தமிழச்சி, சல்மா கவிதைகளில் புதிர்மையும் அதிகாரமும் இணைந்திருக்கும். அன்று எளிய மரபுக் கவிதை ஆட்சியினருக்குப் பிடித்திருந்தது என்றால், இனி எதிர்காலத்தில் புதிர்மையுள்ள புதுக்கவிதை மத்தியதர வர்க்கத்தினரின் நலனுக்காக அமைக்கப்படும் ஆட்சியின் அங்கீகாரத்தைப் பெறும். இதைப் பெரிய சரித்திர மாற்றமாகவே பண்பாட்டுத் தளத்தில் கணிக்கவேண்டியிருக்கும். திராவிட அரசியலில் பண்பு மாற்றமாகவும் இது அமையும். அதாவது கவிதைத் தளத்தில் குறிகள் (*சைன்ஸ்*) எவ்வாறு அமைவு கொண்டு அதிகாரம், சாதி இதுபோல வேறு அடையாளங்களைக் கட்டமைத் திருக்கின்றன என்பதைப் புதிய இலக்கிய விமரிசனம் கவனிக்கிறது.

அதுபோல் ஒருசில கவிஞர்களிடம் சங்க காலக் கவிதைப் பாணி மறுவடிவம் கொள்கிறதென்றால் அதற்கான சமூக அர்த்தம் என்ன என்று கண்டுபிடிக்கப்பட வேண்டும். கவிதைகளில் கவித்துவம் இருக்கிறது என்று இன்று சொன்னால், அழகு இருக்கிறதென்ற பழைய பொருளில் புரிந்துகொள்ளக்கூடாது. அழகு அல்லது அழகியல் என்ற 'ஈஸ்தெடிக்ஸ்' என்பதே அர்த்தக் குறிகளின் தொகுப்பு என்றுதான் எடுத்துக்கொள்ளப்படவேண்டும்.

இன்னொரு ஆச்சரியமான சிந்தனையையும் நாம் கவனிக் கலாம். **1970**இல் எழுத்துப் பிரசுரத்தின் மூலம் வெளியிடப்பட்ட எஸ். வைதீஸ்வரனின் *உதய நிழல்* என்ற தொகுப்பில்,

கிளையும் மரமும்
காக்காயாச்சு... (மரம்)

என்ற வரிகளை நான் படித்ததும், பழமலையின் பேச்சுச் சந்தத்தை கவிதையில் பயன்படுத்தும் சோதனைக் கவிதைகள் ஞாபகத்துக்கு வந்தன. இந்தப் பாதையில் ஒரு பெரிய வெற்றியை என். டி. ராஜ்குமார் ஈட்டியுள்ளார். இவர்கள் இருவரும் 'ஆச்சு' என்ற

வைதீஸ்வரன் பாணியின் தொடர்ச்சியென்று பட்டது. இந்தப் பேச்சொலி புதுக் கவிதையில் நாம் ஆராயவேண்டிய இன்னொரு அர்த்தக்குறி.

பாரதிதாசன் கவிதைகளோடு இணைந்திருந்த அதிகாரம் இடம்மாறி பிராமணர்களான கவிஞர்களின் பாணிக்கு வந்திருக்கிறது என்று சொன்னோமே, அதை விளக்கவேண்டும். பாரதிதாசன் வேத கவித்துவத்தை மறுத்து, தமிழ்ப் பிராந்தியக் கவிதையைக் கட்டியபோது திராவிட அடையாளம் ஒன்றைக் கட்டினார். அதனால் பாரதிதாசன் கவிதைகள் சங்க இலக்கியம் நோக்கி முகம் காட்டின. ஆனால், இன்றைய திராவிடக் கவிஞர்களான ('கவியத்திரி' என்று பெண் கவிஞர்களைக் குறிக்கும் சொல் கன்னட மொழியில் உள்ளது. தமிழில் இல்லை) கனிமொழி, தமிழச்சி, சல்மா ஆகியோர் புதுக்கவிதை என்ற அகில உலக அல்லது அனைத்திந்திய கவிதைப் பாணியை வந்தடைந்திருக்கிறார்கள்.

பிரிவினை எதிர்ப்பு மசோதா பாராளுமன்றத்தில் கொண்டு வந்தபோது, அண்ணா அவர்கள் பேசிய பேச்சின் உள்சாரம் இந்தக் கவிகளின் கவிதைகளில் உதாசீனப்படுத்தப் பட்டிருக்கிறது. அப்படியெனில், புதுக்கவிதையில் திராவிடக் குரலை யாரிடம் காணமுடியும்? என். டி. ராஜ்குமார் தவிர வேறு யாரும் இல்லை என்று தோன்றுகிறது. அப்படி என்றால் திராவிடத் தன்மையற்ற திராவிடப் பரம்பரை உருவாகிவிட்டதா?

ஆனால், பாரதி வேத மரபைத் தமிழ்க்கவிதை மரபாக பிரபலப்படுத்தியதுபோல் இன்றைய புதுக்கவிதை வேத மரபுக்குப் போகவில்லை என்பது ஆறுதலான விஷயம்.

கன்னடமொழியில் புதுக்கவிதையின் தந்தை என்று (தமிழில் நபி போல) அழைக்கப்பட்ட கோபாலகிருஷ்ண அடிகா, அந்தக் காலத்தில் ஜனசங்கத்தின் சார்பில் பாராளுமன்ற வேட்பாளராக நின்றார். அவர் கவிதையிலும் இந்துத்துவக் கூறுகள் இருந்தன என்றனர் விமரிசகர்கள். ஆனால் நல்ல காலம், புதுக்கவிதையின் ஆரம்பத்தில் சிவமதம், சிவன் (தர்மு சிவராமு) போன்ற சில சொற்கள் இருந்தாலும் போகப் போகப் புதுக்கவிதை தமிழில் மதநீக்கம் செய்யப்பட்டதாகவே வளர்ந்துவருகிறது.

மொத்தத்தில், புதுக்கவிதையின் தோற்றகால கூறுகள் இன்றும் தொடர்வது, சாதி, பாலினம், பிராந்தியம், அதிகாரம், அரசியல், அகில இந்தியா, சங்க கால வேர் முதலியன தமிழ்க்கவிதையில் வேறுவேறு வடிவத்தில் தொடர்வதுபோன்ற பல அர்த்தக்குறிகள் தமிழ்ப் புதுக்கவிதையில் காணப்படுவதை இக்கட்டுரை சுட்டிக் காட்டியுள்ளது என்று கருதுகிறேன்.

7

அவதூறின் நிழல்: பெண்ணியவாதி சிமொன் தெ பவ்வார்

சமீபத்தில் ஒரு கட்டுரை, சிமொன் தெ பவ்வார் என்ற பிரஞ்சு பெண்ணியவாதி பற்றி படித்தேன். அந்தச் சிறு கட்டுரையை எழுதியவர் ஹார்வர்ட் பல்கலைக்கழகத்தில் பேராசிரியராக இருக்கிறார். அந்தக் கட்டுரையின் முக்கியமான கருத்துகளைச் சுருக்கித் தருகிறேன். பெண்ணியவாதம் பற்றியும் பவ்வார் பற்றியும் தெரிந்த பலர் தமிழகச் சூழலிலும் உள்ளனர். இனி கட்டுரையின் சுருக்கம்:

சிமொன் தெ பவ்வார் பிறந்தது 1908ஆம் ஆண்டு ஜனவரி மாதம் ஒன்பதாம் தேதி. சரியாக நூறு வருடங்கள் நிறைவானதும், ஒரு அனைத்துலகக் கருத்தரங்கு நடந்தது. 2008இல் மூன்று நாள்கள் நடந்தன. நடந்த இடம் பாரிஸ் பல்கலைக்கழகம். மழைக்காலமாக இருந்தாலும் பலர் வந்திருந்தனர். தொடக்க நாளும் இறுதி நாளும் பிரஞ்சு அதிபர் நிக்கலொஸ் ஸர்கோஸியின் இரண்டு பெண் அமைச்சர்கள் தலைகாட்டிச் சென்றார்கள்.

பல பிரபலங்கள் கருத்தரங்குக்கு வந்திருந்தனர். இந்தக் கருத்தரங்கை இன்றைய பிரபல விமரிசகர் யுலியா கிறிஸ்தாவா தலைமையேற்று நடத்தினார். சார்த்தரும் பவ்வாரும் சேர்ந்து நடத்திய பத்திரிகையைத் தற்சமயம் பதிப்பிப்பவரும் முன்னாள் (ஐம்பதுகளில்) பவ்வாரின் காதலராகவும் அறியப்பட்ட க்ளாட் லென்ஸ்மன் வந்திருந்தார். இவர் தயாரித்த *ஷோவா* என்னும் படம் புகழ்பெற்றது.

சிமொன் தெ பவ்வாரைத் தெரிந்தவர்கள், நண்பர்கள், எழுத்தாளர்கள், பேராசிரியர்கள், பவ்வாரின் தத்துமகள் போன்று

பலர் காணப்பட்டனர். சிமொன் தெ பவ்வாரின் நினைவாகப் பெண் விடுதலைச் செயல்பாட்டில் இருக்கும் இருவருக்கு பரிசு வழங்கப்பட்டது. இஸ்லாமிய அடிப்படைவாதத்தை எதிர்க்கும் இருவருக்கு அப்பரிசு சென்றது. அவர்கள் சோமாலிய நாட்டு அயான் ஹிர்ஸிஅலியும், தஸ்லிமா நஸ்ரினும். தஸ்லிமா நேரில் வரவில்லை. சார்த்தருடன் பவ்வார் சாப்பிட வரும் பாரிஸில் புகழ்பெற்ற லா கூபோல் என்ற சிற்றுண்டிச் சாலையில் இறுதி விழா விருந்து கொடுக்கப்பட்டது.

இந்தச் சூழ்நிலையில் இடதுசாரி பத்திரிகை (*லே நௌவேல் ஒபிஸிசேர்வதேவர் = த நியூ அப்சர்வர்*) ஒன்று சிவப்பு வெள்ளை கொட்டை எழுத்தில் தலைப்பிட்டு ஒரு கறுப்பு வெள்ளைப் புகைப்படத்தைத் தன் அட்டையில் வெளியிட்டிருந்தது. இது ஒரு வாரப் பத்திரிகை. ஒரு பெண்ணின் பின்பக்கமிருந்து எடுக்கப்பட்ட அம்மணப் படம். கறுப்பு முடியுடன் குளியலறை கண்ணாடி முன் உயர்குதியடி உள்ள ஸ்லிப்பர் அணிந்த பெண். அவளது தோள்கள் இரண்டும் உயர்த்தப்பட்டு, பின்புற ஓரக்கோடுகள் தெளிவாகத் தெரியும்படி படம் எடுக்கப்பட்டிருந்தது.

புகைப்படத்தின் கீழே சிமொன் தெ பவ்வார், ஷிகாகோ 1952 என்று எழுதப்பட்டிருந்தது. பத்திரிகையின் உள்ளே எட்டாம் பக்கத்தில் பவ்வார் பற்றிய விரிவான கட்டுரை காணப்பட்டது. சரியாக ஆய்வு செய்து எழுதப்பட்ட கட்டுரை அது என்று அந்தக் கட்டுரை தொடங்கியது. கட்டுரையிலும் பல புகைப்படங்கள் காணப்பட்டன. அட்டைப் படமும் காணப்பட்டது. அட்டைப் படத்தைக் கவனமாகப் பார்த்தால் அது பல இடங்களில் அழகு படுத்தப்பட்டிருப்பது தெரியும். கலைநயத்துடன் தெரியும்படி செய்யப்பட்டிருந்தது. பவ்வாரின் காதலனின் அறையில் பாத்-டப் இல்லாததால், அவனது நண்பனின் அறைக்குப் பவ்வார் சென்ற போது அவருக்குத் தெரிய எடுக்கப்பட்ட படம். *ஒரு காலகட்ட ஆல்பம் 2000* என்ற நூலில் அந்தப் படம் உண்டு.

இரண்டாம் பாலார் என்ற புத்தகத்தை எழுதி உலகப் பெண்ணியச் சிந்தனையை உருவாக்கிய பவ்வார்—அழகிய, ஸெக்ஸியான, அவதூறுகளை விரும்பி வாழ்ந்த பெண்மணி. இதுதான் அந்த முக்கியக் கட்டுரையின் உள்ளடக்கம்.

பாரிஸின் பல பத்திரிகைகள் அந்தப் படத்தைப் பற்றிக் கருத்துத் தெரிவித்தன; சில ஆதரித்தன; வேறு சில எதிர்த்தன. *லிபரேஷன்* என்ற பத்திரிகையில் ஒரு ஆண் வலைப்பூ பதிவர், அந்தப் படத்தை அழகாக்கி அட்டையில் போட்டிருந்ததை எதிர்த்தார். அவர் ஒருபடி மேலே போய் பவ்வாரின் நண்பரான சார்த்தரின் அம்மணமான பின்பக்கத்தை ஒரு தேசிய நாளேடு பிரசுரிக்கும் நாள் எப்போது வரும் என்று கேட்டிருந்தார்.

பவ்வார், பிரெஞ்சு நாட்டுப் பெண்களுக்குத் தைரியம் கொடுப்பதற்கும் பொருளாதாரத்திலும் மனநீதியிலும் முன்னேறுவ தற்கும் மிகவும் உதவி புரிந்தார். அத்தகைய எழுத்துகள் அவருடையவை. எனினும், அவருடைய அம்மணப்படம் வாரப் பத்திரிகையின் அட்டையில் வருகிறது. எந்த ஆண் தத்துவவாதி படமோ, எழுத்தாளர் படமோ வராது. ஓர் ஆணின் அம்மணப்படமா அல்லது பெண்ணின் அம்மணப்படமா பத்திரிகை அட்டையில் வரும்? இது ஒரு மேம்போக்கான கேள்வி அல்ல.

கருத்துருவ ரீதியான கேள்வி. கருத்துருவங்கள் அதிகாரத்தால் நிர்மாணிக்கப் பெறுகின்றன. பெண் உடலும் பெண்மையும் இதுநாள் வரை ஆணால் உருவாக்கப்பட்டன என்ற கருத்தை வலிமையாகப் பவ்வார் தனது *இரண்டாம் பாலார்* என்ற நூலில் நிறுவுகிறார்.

இதே வார இதழில் பிரான்சுக்கு வெளியில் தெரியாத ஒரு முக்கியமான எழுத்தாளரான ஜுலியன் கிராக் என்பவரின் மரண அஞ்சலி பவ்வார் பற்றிய அம்மணப் படக் கட்டுரைக்கு முன்பக்கம் நாகரிகமாகப் பிரசுரிக்கப்பட்டிருந்தது. ஜுலியன் நடைப்பயிற்சிக்குச் செல்வது போன்ற படம் அது.

பல ஆய்வுப் பத்திரிகைகளும் பரவலான வாசகர்களைச் சென்று சேரும் பத்திரிகைகளும் சிறப்பிதழ்கள் வெளியிட்டிருந்தன. பிரான்சிலும் அதுபோல் வெளிநாடுகளிலும் அவை வந்தன. அந்த சர்ச்சைக்குரிய புகைப்படத்தை அவை வெளியிடவில்லை. நியூயார்க், பல்கலைக்கழகம் 2008இல் செப்டம்பர் மாதம் பவ்வார் பற்றி ஒரு கருத்தரங்கை நடத்தியது.

எனினும், அந்த அட்டைப்படம் அழகாகவும் இருந்தது, தொந்தரவு தரத்தக்கதாகவும் இருந்தது. எல்லா அதிகாரமிக்க

பெண்களும் இவ்விரு குணங்களையும் வெளிப்படுத்துகிறார்கள். பிரான்ஸில் நடந்த கூட்டத்தில் பிலிப் ஸொலர்ஸ் என்ற புகழ்பெற்ற எழுத்தாளர், பவ்வாரை 'சுடர்விடும் எழுத்தாளர்' என்று ஒரு குழந்தையைப் பாராட்டுவதுபோல் எந்த ஆழமும் இல்லாமல் புகழ்ந்தார்.

பல ஆண்டுகளாக அமெரிக்காவிலும் பிரிட்டனிலும் உள்ள பெண்ணியவாதிகள் பவ்வாரை ஆய்கிறார்கள். ஜனவரி கருத்தரங்கில் இரண்டாம் பாலார் விரைவில் வேறொரு ஆங்கில மொழிபெயர்ப்பு மூலம் வெளிவரவுள்ளது என்ற தகவலும் கிடைத்தது.

8

தமிழச்சி கவிதையில் பெரும்படிமங்கள்

நான் இளைஞனாக இருந்து தமிழ்க்கவிதை படிக்க ஆரம்பித்த காலத்தில் பாரதிதாசனும் மரபுக்கவிதையும்தான் எல்லோராலும் ஏற்றுக்கொள்ளப்பட்டன. எனவே, அதுதான் கவிதை என்று நினைத்தேன். அக்காலகட்டத்தில் எல்லோரும் அப்படித்தான் நினைத்தார்கள்.

எழுத்து பத்திரிகையில், 1967இல் வார்த்தைகளை அங்குமிங்கு மாகப் பரப்பி ஓசைநயமோ, எதுகையோ, மோனையோ இல்லாமல் ஒரு கவிதையைப் பார்த்தபோது, அதுவரை கவிதை என்று தமிழ்ச்சமூகம் அங்கீகரித்த மனவுணர்வால், அது கவிதை யல்ல என்றுதான் நினைத்தேன்.

இன்னொரு விசயம், நாங்கள் எல்லாம் 1965இல் இந்தி எதிர்ப்பைப் பார்த்துத் தமிழ் எம்.ஏ. படிக்கப்போன தலைமுறை. எனவே, எங்கள் உணர்வு புதுக்கவிதையை ஏற்கவில்லை.

பின்பு எங்கள் சரித்திரம் மாறியது, அறிவு மாறியது, தமிழகமும் மாறியது. புதுக்கவிதையை ஏற்றோம். இப்போது யோசித்துப் பார்க்கும்போது பிரமிப்பாக இருக்கிறது. இன்று இலட்சக் கணக்கான புதுக்கவிதைகள் தோன்றியுள்ளன.

ஆரம்பத்திலிருந்தே நான் புதுக்கவிதைத் தொகுப்புகளை எல்லாம் ஒன்றுவிடாமல் படித்தேன். எனவே, நான் புதுக் கவிதையில் ஒருவரைக் கணிப்பதற்கு என்னுடைய புதுக்கவிதை வரலாற்று அறிவையே பயன்படுத்தி வந்தேன். ஒவ்வொருவரையும்

படிக்கும் போது இவர் எதிர்காலத்தில் என்னமாதிரி எழுதுவார், அல்லது இவருக்குள் தொடர்ந்து களத்தில் நிற்கும் ஆற்றல் உண்டா, இல்லையா என்றெல்லாம் கணித்தேன். நண்பர்களோடு விவாதித்தேன். சிலர் புஸ்வாணக் கவிதை எழுதியபோது அவர்களைக் கண்டுபிடித்தோம்.

புதுக்கவிதை என்பது வடிவத்தில் ஏற்பட்ட மாற்றம் மட்டும் என்று தவறாகக் கருதுகிறார்கள்; அப்படியில்லை. புதுக்கவிதை கைவந்தவர்களின் மனஉலகமே வேறுபட்டது. புதுக்கவிதை என்பது புதியவகை வாசகர்களும் புதுவகைக் கவிஞர்களும் சேர்ந்து கண்டுபிடித்த இலக்கிய வகை.

பாரதிதாசன் எழுதியபோது அவர் ஒருவிதமான வாசகர்களைத் தன் மனவுலகில் கண்டு, அவர்கள் புரிந்துகொள்ளக்கூடிய கவிதையை எழுதினார். அதாவது பாரதிதாசனை ஒரு குறிப்பிட்ட விதமாகக் கவிதை எழுத வைத்தவர்கள், அக்காலகட்ட வாசகர்கள். அதாவது ஒருவித வாசகர்களை, பாரதிதாசன் மனதின் உள்ளே கண்டு அவர்களோடு நடத்திய உரையாடலே அவரது மரபு ரீதியான கவிதைகள். இந்த மௌனமான வாசக உரையாடல்தான் பாரதிதாசனை உருவாக்கிய இலக்கிய தர்மம். அந்த இலக்கிய தர்மத்தின் பின்னணியில் ஒரு சூட்சுமமான மொழி நாகரிகமும் இருந்தது. அது புதுக்கவிதை பரவிய காலகட்டத்தில் மாறி, புது சூட்சுமம் மொழியில் ஏற்படுகிறது. இந்த மொழிவயப்பட்ட மன இயக்கத்துக்கும் சமூக இயக்கத்துக்கும் ஒரு தொடர்புண்டு.

சமூகமும் காலமும் சதா மாறிக்கொண்டிருக்கின்றன. புதுக் கவிதை, தமிழ்ச் சமூகத்தில் பெற்ற அங்கீகாரத்தை இப்படித்தான் புரிந்துகொள்ள வேண்டும் என்று நினைக்கிறேன். மற்றபடி யாப்புள்ள கவிதை, யாப்பில்லாக் கவிதை என்று இந்த இலக்கிய மாற்றத்தை எளிமைப்படுத்திப் புரிந்துகொள்ளக்கூடாது.

புதுக்கவிதைக்குள்ளும் பல பாய்ச்சல்கள், தள மாற்றங்கள், சொல்முறை மாற்றங்கள் ஏற்பட்டுள்ளன. இவை ஒவ்வொன்றும் தமிழ்மொழியின் உள்தளத்தை ரகசியமாக மாற்றிக்கொண்டிருக் கின்றன. அதாவது 2000 ஆண்டுகள் வாழ்ந்த மனிதர்களின் இரகசிய மூச்சோடு இன்று புதுக்கவிதை எழுதும் ஒரு கவிஞர் ஓர் உறவை ஏற்படுத்துகிறார்.

தமிழச்சி தொண்ணூறுகளுக்குப் பிறகு எழுத வந்தவர் என்று தமிழச்சியின் இரண்டாவது தொகுப்பான *வனப்பேச்சிக்குப்* பதிப்புரை எழுதும்போது மனுஷ்யபுத்திரன் கூறுகிறார். தமிழச்சியின் மூன்றாவது தொகுப்பு *மஞ்சணத்தி.* இவருடைய முதல் தொகுப்பு, *எஞ்சோட்டுப் பெண்* 2003இலும், *வனப்பேச்சி* 2007இலும் வந்துள்ளன. *மஞ்சணத்தி* 2009இல் வெளிவருகிறது. முதல் தொகுப்பிலிருந்து இரண்டாம் தொகுப்பு வரும்போது, பெரிய கவித்துவ பாய்ச்சல் ஏற்பட்டுள்ளது தெரிகிறது. இது தொண்ணூறுகளுக்குப் பிறகு—அதாவது கடந்த இருபது ஆண்டு களுக்குள் கவிதை எழுதிய பல கவிஞர்களிடம் காணக்கூடிய ஒரு பொதுத் தன்மையாக உள்ளது. அதாவது முதல் தொகுப்பு ஒருவிதமாகவும் இரண்டாம் தொகுப்பு முற்றிலும் மாறுபட்ட கவித்துவ அம்சங்களை உள்வாங்கியதாகவும் அமைந்துள்ளன. இது முக்கியமான ஒரு குணம். அதுபோல் இரண்டாவது புதுக்கவிதைத் தொகுப்பு, முதல் தொகுப்பிலிருந்து மாறி, மையமான ஒரு நடைக்குள் வந்துசேர்கிறது. தமிழச்சியின் முதல்தொகுப்பில் கிராமம் மீதான ஒரு மீள்வேட்கை (*நாஸ்டால்ஜியா*) அவரை உந்துகிற சக்தியாக இருந்தது. ஆனால், அந்த மீள்வேட்கை விரைவில் ஆழமான கவிதை இயக்கத்துக்குள் அவரைச் செலுத்து கிறது. இதற்குப் புறக் காரணங்கள் இருக்கிறதோ இல்லையோ அதுபற்றிக் கவிதை வாசகர் கவலைப்படத் தேவையில்லை.

இரண்டாம் தொகுப்பில் ஒரு பொது உருவகமாகத் தலைகாட்டும் *வனப்பேச்சி* மூன்றாம் தொகுப்பில் ஆச்சரியப்பட வைக்கும் கவித்துவ பரிமாணங்களைப் பெறுகிறது. கவித்துவம் என்ற சொல் சற்றுப் பிரச்சினைக்குரியது. நான் அழகியல் விமரிசகனல்ல; கவித்துவம் என்பது என்னைப் பொறுத்தவரையில் நுட்பமான சமூகச் சரித்திரம். ஒரு குறிப்பிட்ட உலகியலை முதல்தொகுப்பு முன்வைத்ததென்றால் இரண்டாம் தொகுப்பு பேரளவில் மாறுபட்ட நுட்பங்கள், குறியீடுகள், மொழி மௌனங்கள், அர்த்தங்கள், படிமங்களை முன்வைக்கிறது. சமூகம் கவிஞருக்கு மிகவும் சிக்கலானதாகவும் வாழ்வு பிரச்சினையாகவும் தெரிந்த முதல் தொகுப்பின் தமிழ்மொழி, இரண்டாம் தொகுப்பில் அதைவிட அதீத பூடகம்கொண்ட இன்னொரு தமிழ் மொழியை முன்வைப்பதாகவும் மாறியிருக்கிறது. இரண்டாவது தொகுப்பில்

உருவம்பெறும் வனப்பேச்சிக்குள், முதல் தொகுப்பில் வெளிப் படையாகத் தெரிந்த கிராமம், பூடகமாய் இறுகி இயற்கையும் மனித குணமும் பெண்மையும் இறுக்கமுற்ற ஒரு வடிவமாகிறது. ஆண்கவிஞர்களான நகுலனின் சுசிலா போலவும் கலாப்ரியாவின் சசி போலவும் தமிழச்சியின் வனப்பேச்சி பல அர்த்தங்களை ஒருங்கிணைத்த அதீத ஆற்றலுள்ள உருவமாகிறாள். 'மஞ்சணத்தி மரம்' என்ற கவிதையில் வனப்பேச்சி என்ற பெயரோ, சித்திரிப்போ இல்லாவிட்டாலும் எனக்கு அந்த மரமும் ஒரு வனப்பேச்சிதான் என்றே படுகிறது. அந்தக் கவிதை 'என் ஆதித்தாயே மஞ்சணத்தி' என்று கடைசி பத்தியில் அழைக்கும் போதும் 'உன் தொல்மரத்துச் சருகொன்றில் பத்திரமாய்ப் பொதிந்துவை. உள்ளிருக்கும் உயிர்ப்பூவை என்றாவது நின்று எடுத்துப் போவாள்...' என்று வரிகள் தொடர்கையிலும் அது வனப்பேச்சியாகவே படுகிறது. மஞ்சணத்தி மரம் போன்ற கவிதைகளில் வரும் ஆற்றல் ஓர் அரூபமான மொழிச் சக்தியாகும். அந்த மொழிச்சக்தியை இவரது முதல் தொகுப்பிற்குள் ஒளிந்திருக்கும் சாதாரண கவிதைகளில் இருந்து எடுத்துள்ளார். நான் சொன்னதுபோல் கவித்துவம் சமூக சரித்திரமென்றால், மூன்றாவது தொகுப்பில் வெளிப்பட்டும் முதல் தொகுப்பில் வெளிப்படாமல், மௌன மாகவும் நிற்கும் செய்தி, தமிழ்ச் சமூகத்தில் அதிகமாக கிராமம் நகரமயமாகிக் கொண்டிருப்பதாகும். இது மிகத்தெளிவாக மஞ்சணத்தி தொகுப்பில் வரும் வனப்பேச்சி பற்றிய பல கவிதைகளில் தெரிகிறது.

வாசனையற்ற வண்ணங்களிலான
நகப்பூச்சு நகரத்தில் கிடைக்குமென்று
... ...
பேச்சுவாக்கில் தூண்டிவிட...
ஆளுக்கொரு கலர்கேட்ட
நச்சரிப்பில் நகருக்குப் போனாள் பேச்சி.

மொத்த கிராமமும் அது காலம் காலமாகப் பாதுகாத்த முரட்டுத் தனமும், உயிர்த்துவமும், இயற்கையும் சரித்திரமும் கனவுகளும் தெய்வங்களும், பிறப்பு இறப்புகள், ஆகாரம், ஒழுக்கம், ஒழுக்க மின்மைகளும் இழப்புகள், புனிதங்கள், அசிங்கங்கள்... எல்லாம் ஓருருவாக்கப்படுவதுதான் வனப்பேச்சி. அதுவொரு பெருநகர்ப்

பரணி. பாலைக் கலி என்ற தலைப்பில் வரும் இரண்டு கவிதைகள், இவற்றில் வனப்பேச்சியின் பெயரும் உருவமும் வருகின்றன. முதல்தொகுப்பு வனப்பேச்சி என்ற உருவகமாய் ஒரு பெரிய ஆகிருதி மாற்றம் பெறுகிறது. முதல் தொகுப்பின் கவிதைப் பாணியை முற்றிலும் அழித்துப் புதுவடிவத்தைத் தமிழச்சி கவிதைகளுக்குத் தருவதில் வனப்பேச்சி இவரது கவிதைப் பிராந்தியத்தில் உற்பவிப்பது உதவுகிறது. மூன்றாம் தொகுப்பான மஞ்சணத்தியில் வனப்பேச்சி மொத்த கவித்துவமாய் எல்லாக் கவிதைகளிலும் பரவுகிறாள்.

இறுக மூடப்படும் ஜன்னலின்
விளிம்பில்
வலியின் விகாரத்தோடு
மரணித்திருந்த முதியவளாய் மழை.

வலியின் விகாரத்தோடு மரணித்திருக்கிற முதியவளின் உருவத்தில் இயற்கையின் பகுதியான மழை தென்படுகிறது. இந்தக் கவிதை மழை பற்றிய ஒரு நான்கு வரிகளைக் கொண்ட பத்தி.

தமிழச்சிக்குத் தமிழ்மண்ணின் அனுக்கிரகம் இருப்பதால், தமிழ்மொழியின் பல தளங்களுக்கு நிமிடத்துக்குள் சஞ்சரிக்கும் ஆற்றலை, புதுக்கவிதை என்ற பெயரில் கடந்த சுமார் 50 ஆண்டு களாய் தமிழுக்குள் வந்த வடிவம் கொடுத்து உள்ளது.

இதே பேச்சிதான் லண்டனில் கவிஞர் வேர்ட்ஸ்வர்த்தின் பிறந்த ஊரைப்பார்த்து 'இயற்கையை இறுதிவரை மோகித்த பெருங் கவிஞனைப் பிரசவித்த இடமென அங்குலம் விடாமல் உள்வாங்கிப் பிரமித்தேன்' என்கிற வரிகளில் வெளிப்படுகிறது.

கவிதைசொல்லியையும் கவிஞனையும் குழப்பக்கூடாது. இருவரும் வேறு வேறு. இதனை நன்கு புரிந்தவர்கள் நம் சங்ககால அகமரபுக் கவிதைக்காரர்கள். அதனால்தான் தோழி கூற்று, தலைவி கூற்று என்றெல்லாம் கூற்று என்ற மொழி விசயமாய் கவிதை வெளிப்பாட்டைப் பார்த்துள்ளார்கள்.

தமிழச்சி ஆங்கிலத்தில் முனைவர்பட்டம் பெற்றவர். இந்தியாவில் கன்னடம், மலையாளம் ஆகிய மொழிகளில், ஆங்கிலத் துறையினர் மூலம்தான் மாடர்னிசம் அவர்கள் அவர்கள் மொழிகளில் நுழைந்தன. தமிழச்சி கவிதைகள் நேர்மாறாக

மாடர்னிசத்தைத் தாண்டி நிற்கின்றன. இது ஒருவகை அகில உலகப் போக்குக்கூட. உலகமயமாக்கம் பற்றிச் சிந்திப்பவர்கள் உள்ளூர் என்ற பிராந்திய மண்ணின் எழுச்சி உலகமயமாக் கலுக்குள் வருவதை எதிர்நோக்கியுள்ளனர். தமிழச்சி, தமிழ்க் கவிதை உலகமயம் ஆகும் தருணத்தில், பிராந்தியத்திலிருந்து ஒரு வனப்பேச்சியை உருவாக்கிக்கொண்டு வருகிறார். இதுவும் பின்நவீனத்துவத்தின் கிழக்கத்திய போக்குதான்.

தமிழச்சி கவிதைகள் வனப்பேச்சிகளைப் போன்ற பல பெரும் படிமங்களைக் கவிதையின் உள்தளத்தில் உருவாக்குகின்றன. தமிழச்சியில் அடிக்கடி வரும் வெயில் இப்படி ஒரு பெரும் படிமமாக விரைவில் உருமாறப் போகிறதென்று நினைக்கிறேன். அப்பா பற்றிய இவரது பிடிப்பு ஒரு தமிழ்ப்பெண்பிள்ளையின் வழக்கமான தந்தை பாசத்தையும் தாண்டிப் போகிறது. இந்தத் தொகுப்பின் 'வளர்தல்' என்ற கவிதை மூலம் கவிதைசொல்லி என்ற கவித்துவச் சட்டகத்தில் (ஆம், கவிதைசொல்லி ஒரு சட்டகம்தான்) 'முரட்டுக் களையோடு மரணித்திருந்த அப்பாவின் முட்தாடி' வேறொரு வடிவம் எடுக்கிறது.

இதுபோல நிறைய விசயங்கள் இவர் கவிதைத் தளத்தில் உள்ளன. தொடர்ந்து இவர் உருவாக்கப் போகிறவற்றை எதிர் பார்க்கிறேன்.

(தமிழச்சி நூலுக்கு எழுதிய முன்னுரை, 07, டிசம்பர் 2009)

9

நோபல் பரிசு தமிழ் இலக்கியத்திற்கு எப்போது?

இந்த ஆண்டு இலக்கியத்துக்கான நோபல் பரிசு அறிவிப்புக்கு முன் சில சர்ச்சைகள் நடந்தன.

கன்னடத்தில் அவ்வப்போது ஒரு கேள்வியை இலக்கிய வாதிகள் கேட்பார்கள். கன்னட எழுத்துக்கு நோபல் பரிசு கிடைக்குமா என்பது அதில் ஒன்று. ஏழு ஞானபீடப் பரிசுகளைப் பெற்றுவிட்டோம் என்ற எண்ணத்தால் அப்படி ஒரு கேள்வி அவர்கள் மத்தியில் பிறக்குமாயிருக்கலாம்.

ஆனால், தமிழில் அப்படி ஒரு கேள்வி வந்ததேயில்லை. அந்த அளவு தாழ்வு மனப்பான்மை.

தற்கால இலக்கியம் அரசாங்கத்தாலும் பல்கலைக்கழகங்களாலும் புறக்கணிக்கப்பட்ட நிலையில், பெரும்பாலும் பட்டதாரி அல்லாதவர்களின் கையில் தற்கால இலக்கியம் மாட்டிக்கொண்டிருக்கும் சூழலில் இப்படி ஒரு தாழ்வுமனப்பான்மை இருப்பது ஆச்சரியப்படத்தக்கது அல்ல.

நோபல் பரிசு பற்றிப் பேசுவதற்குமுன், நான் முன்வைக்க விரும்புகிற விஷயம் இந்த ஆண்டு நோபல் பரிசுக்குழுவின் முக்கியமான உறுப்பினர் ஒருவருடைய கூற்றைப்பற்றி. அந்தக் கூற்று, பெரிய சர்ச்சையை உலகமெங்கும் கிளப்பிவிட்டுள்ளது.

அப்படி சர்ச்சையைக் கிளப்பிவிட்டிருப்பவர் வேறு யாருமல்ல. நோபல் பரிசு கொடுக்கும் ஸ்வீடிஷ் அகாடமியில் கடந்த பத்தாண்டுகளாக நிரந்தரச் செயலாளராக இருக்கும் இலக்கிய

விமரிசகரும் வரலாற்றாசிரியருமான ஹொரேஸ் ஆஸ்கார் ஆக்ஸல் எங்க்தஹல் என்பவர் ஆவார்.

இவர், அமெரிக்க இலக்கியம் நோபல் பரிசுக்கு லாயக்கற்றது என்று கூறியுள்ளார்.

அவர் செயலாளர் மட்டுமல்ல, இந்த ஆண்டுக்கான பரிசைத் தேர்வுசெய்யும் ஒரு நடுவரும்கூட.

இன்னும்கூட கொஞ்சம் இவரைப் பற்றிப் பார்ப்போம். 1948இல் டிசம்பர் மாதம் 30ஆம் தேதி பிறந்த எங்க்தஹல் நம்முடைய தமிழ்ச்சூழலில், எண்பதுகளில் நடந்ததுபோல் தீவிரமான பிரெஞ்சு சிந்தனைகளால் பாதிக்கப்பட்டவர். தமிழில் அன்று எந்தெந்த பிரெஞ்சு சிந்தனையாளர்களின் பெயர்கள் அடிபட்டனவோ அதே சிந்தனையாளர்களின் பெயர்கள் ஸ்வீடனிலும் அடிபட்டன. தியோடோர் அடார்னோ, ழாக் தெரிதா, பால்-டி-மான், ரோலான் பார்த் போன்ற பெயர்கள் ஸ்வீடிஷ் ஒப்பியல் இலக்கிய ஆய்வில் புது இரத்தத்தைப் பாய்ச்சின. எங்க்தஹல் ஸ்வீடிஷ் ஒப்பியலில் ஆய்வு மேற்கொண்டு முனைவர் பட்டத்துக்காகத் தயார் செய்து கொண்டிருந்தார். அமைப்பியல் சிந்தனைகளும் பின்அமைப்பியல் சிந்தனைகளும் எங்க்தஹலையும் பாதித்தன. *நடையும் மகிழ்ச்சியும்* என்ற தலைப்பில் 1992இல் ஸ்வீடனில் இவர் பிரசுரித்த நூல் பலர் கவனத்தைக் கவர்ந்தது. அமைப்பியலில் இருந்து தனக்கான புதுச் சிந்தனையைப் பெற்று, அதனை விரிவான இலக்கியச் சிந்தனை யாக வளர்த்து ஸ்வீடிஷ் இலக்கிய விமரிசனத்தில் ஒரு புதுப் போக்கை ஏற்படுத்தினார் இவர். அபிப்பிராயம் கூறுவதுதான் இலக்கியத்தில் சிறந்தது என்று கூறும் 'பின்னோக்காளர்கள்' கவனிக்க வேண்டிய இடம் இது. இலக்கிய விமரிசனம் உலக அறிவுத்துறைகளின் உள்பாய்ச்சல்கள் எல்லாவற்றையும் தன்னதேயாக மாற்றிக்கொண்டுள்ள இன்றைய காலகட்டம் பற்றியும் அதன் ஆழமான போக்குகள் பற்றியும் நாம் அறியா விட்டால், உலகப் போக்கைப் புரிந்துகொள்ள முடியாமல் போய்விடும்.

எங்க்தஹல், அமெரிக்க இலக்கியத்தில் ஒருவகையான வட்டார வாதம் (புரொவின்சியலிசம்) வந்துவிட்டது; இலக்கிய அறியாமை வந்துவிட்டது; மொழிபெயர்ப்புகள் நடக்கவில்லை; எந்த வாத

விவாதமும் நடக்கவில்லை என்கிறார். பரிசுப் பட்டியலில் இடம் பெற்ற அமெரிக்க இலக்கியவாதிகளுக்கு இந்த ஆண்டு பரிசு கிடைக்காது, அதனால் அமெரிக்கர்களான லீவிஸ் கரோல் ஓட்ஸூக்கோ, பிலிப் ராத்துக்கோ பரிசு கிடைக்காமல் போகலாம் என்று பேச்சு வந்துள்ளது. பிலிப் ராத், கமிட்டி உறுப்பினர்களை அணுகவும் முயன்றார் என்னும் குற்றச்சாட்டு நோபல் பரிசுக் கமிட்டிக்கு இருந்ததாம். இன்னொரு அமெரிக்கரான டிலெல்லோ பெயர்கூட பரிசுப் பட்டியலில் இருந்தது. டிலெல்லோ சற்று வித்தியாசமான எழுத்தாளர் என்பது அவருடைய சில நாவல் களைப் படித்தபோது உணர்ந்தேன். *கல்கி, மிர்ரா பிரிக்கின்டிரிஜ்* போன்றவை பிலிப் ராத்தின் படைப்புகள். இவற்றைப் படித்தால், பொதுவான ஒரு எழுத்தாளர் என்பதற்கும் மேல் ஒன்றும் இல்லை என்றுதான் எனக்குப்பட்டது. பிலிப் ராத்தின் *கல்கி* என்ற நாவல் இந்தியக் கருத்துகளைப் பற்றிப் பேசினாலும், ஒரு அமெரிக்கப் பார்வை அந்த நாவலில் வெளிப்படுகிறது. தன் சூழலை நோக்கிக் குவியும் பார்வை இப்படி உருவாகிறது. சூழலில் இருந்து வெளிநோக்கி விரிந்து பிற கலாச்சாரங்களின் அயல்தன்மையை அங்கீகரிப்பது இல்லை. அமெரிக்காவின் உலக வல்லரசு என்ற அகங்காரம் இலக்கியத்தையும் பாதித்துவிட்டதோ என்றுகூட விமரிசகர்கள் யோசிக்க ஆரம்பித் துள்ளனர்.

பிரச்சினை என்னவென்றால் இப்படி 'பிராவின்ஸியலிசம்' பற்றி சர்ச்சை ஆரம்பித்துவிட்டது. பிராவின்ஸியலிசம் என்ற ஊர்க்கற்பனை என்பது தமிழ் நாவலிலும் இன்று ஊடுருவியுள்ள சிக்கலாகும். அதாவது அனுபவம் சார்ந்து எழுத வேண்டும் என்ற ஆரம்பகட்ட இலக்கியவாதிகளின் சொல்லாடல் சார்ந்த பிரச்சினை இது. நான் பெயர் சொல்ல விரும்பாத சில 'புகழ்பெற்ற' தமிழ் நாவல் ஆசிரியர்களைப் பிடித்தாட்டும் நோய் இது.

சரி பிராவின்ஸியலிசம் என்றால் என்ன? இந்தக் கோட்பாடு தாமஸ் ஹார்டியின் நாவல்களிலேயே எழுப்பப்பட்ட விமரிசனக் கேள்வியாகும். வட்டாரம் பற்றி எழுதிவிட்டால், பிராவின்ஸியலிசம் ஏற்பட்டு விடாது. வட்டாரம் பற்றி உள்ளூர் முறையில் குறுக்கி இலக்கியத்துக்கான அகண்டதன்மையைக் கொச்சைப்படுத்தி எழுதுவதே பிராவின்ஸியலிசம். அதனால் இலக்கியக் குறை ஏற்பட்டுவிடுகிறது. சமூகவியலிலிருந்தும் கோட்பாடுகளிலிருந்தும்,

இலக்கியத்தைக் காப்பாற்றுகிறோம் என்கிறவர்களே, இலக்கியக் குணம் என்று தன் வட்டாரம் சார்ந்த குட்டையில் விழுந்து விடுகிறார்கள். குடும்பம் சார்ந்த வட்டாரச் சாய்வு இதில் முக்கியம். இந்தக் குணங்களுக்கு முகம் காட்டுவதும் அதன் 'உள்வளை' விலிருந்து (முற்சாய்வுவிலிருந்து) தப்பாததும் பிராவின்ஸியலிசம் ஆகும். இந்த உள்வளைவு கொண்ட எழுத்துகளே இன்றைய அனைத்திந்தியக் களத்தில் விஷக்கிருமி போல பரவும் உள்வளைவு அரசியல் கோட்பாட்டை மறைமுகமாக ஆதரிக்கின்றன.

நான் ஒரு பேட்டியில் அனைத்துலகத் தன்மை நம் நாவல்களில் வரவேண்டும் என்று கூறியபோது, ஒரு நண்பர்—தற்கால நாவலாசிரியர்—அது தேவையில்லை, நம் வட்டார எழுத்தே உலகத்தரமுடையதாக விளங்க முடியும் என்றார். இத்தகைய கூற்றுகள் பொதுப்படையான கூற்றுகள். இக்கூற்றின் இடைவெளி யில்தான் சிக்கல் இருக்கின்றது என்பதை அந்த நண்பர் புரிந்து கொள்ளவில்லை.

ஒருவகையில் தத்தம் எழுத்துகளைப் (அதாவது படைப்புகளை) பாதுகாக்கவே நம்மில் பலர் கருத்துகளை முன்வைக்கிறார்கள். தனது நாவல் உள்வளைவு கொண்டதாக இருந்தால் வட்டார எழுத்தே நல்ல எழுத்து என்ற கோட்பாட்டுப் பேச்சு வெளிப்படும்.

எங்க்தஹல் அமெரிக்க இலக்கியக் குறைபாடுகள் என்று வேறு இரண்டு சொற்களைப் பயன்படுத்துவதும்கூட தமிழுக்குப் பொருத்தமானது. காப்புக்குட்பட்டது (இன்சுலார்), குறுகியது (பரோக்கியல்). தமிழ் நாவல்களில் சில காலமாக மலையாள நாவல் வடிவத்தை உள்ளேற்ற நாவல்கள் தோன்றிக்கொண்டிருக் கின்றன. அந்த நாவல்களின் உள்ளோட்டத்தைக் கவனமாக உலக நாவ்ல் வாசிப்பின் பின்னணியில் பார்த்தால், இந்த 'மலையாளத் தமிழ் நாவல்களும்' இன்சுலார் நாவல்கள் என்றும் பரோக்கியல் போக்குள்ள நாவல்கள் என்றும் கூறத் தயங்கமாட்டோம். இந்த இன்சுலார் தன்மை எண்பதுகளில் தமிழில் இருந்த அனைத்துலக விமரிசனத்தன்மையின் மீதான வெறுப்பால், ஞாபகமின்றி உருவான ஓர் உள்வளைவு மட்டுமாகும். மார்க்சிய இலக்கிய விமரிசனம் இத்தகைய நாவல்களின் அரசியல் குறைபாட்டை, சரியாகவே இனங்கண்டது. சில தமிழ்ப் படைப்பாளிகள்

வெளியில் வெறுத்த, ஆங்கிலம்வழி வந்த, வாய்க்குள் நுழையாத பிரெஞ்சுப் பெயர்களின் வழி நுழைந்த சிந்தனைகள் இன்றைய தமிழ் விமரிசனத்தை வெகுவாக மாற்றினாலும், இது படைப்பாளி களைப் பயப்பிராந்திக்குள் தள்ளியதென்னவோ உண்மை. இந்த பயப்பிராந்தி, நுட்பமான மனம் கொண்ட படைப்பாளிகளை உள்வளைவுக்குள் தள்ளி இன்சுலாராகவும் பரோக்கியலாகவும் ஆக்கிய காரியம் ஒரு சர்ச்சைக்குட்பட வேண்டும். பாரதிதாசன் திராவிடப் பாரம்பரியத்தையும் சங்க இலக்கியத்தையும் சரியாகப் பயன்படுத்தாமல், ஒரு வகையில் இன்சுலார், பரோக்கியல் குணங்களுக்கு ஆட்பட்டதுபோல், தமிழ் நாவல்களில் ஒரு பாதிப்பு இப்படி ஏற்பட்டது துரதிர்ஷ்டம்.

இன்னும் இரண்டு குற்றச்சாட்டுகளையும் எங்க்தஹல் எடுத்து வைக்கிறார். அதில் ஒன்று அமெரிக்கர்கள் அதிகம் பிற மொழி களில் இருந்து மொழிபெயர்ப்புச் செய்வதில்லை என்பது. இது உண்மைதான் என்று ஜான் சுதர்லாண்ட் என்ற இலண்டனைச் சார்ந்த தற்கால ஆங்கில இலக்கியப் பேராசிரியர் கூறுகிறார். தமிழைப் பொறுத்தவரையில் பல்கலைக்கழகங்களில் தமிழ் முதுகலையில் ஆங்கில இலக்கியமோ அமெரிக்க இலக்கியமோ போதிக்கப்படாவிட்டாலும் சிறு பத்திரிகைகளில் போதிய மொழிபெயர்ப்புகள் வெளிவந்துகொண்டிருக்கின்றன.

அரசாங்க நிறுவனங்கள் இலக்கியம் என்று முதலமைச்சரின் துதிபாடிகளை அடிக்கடி தொலைக்காட்சிகளில் காட்டும் போக்கைப் பொறுத்துக்கொண்டால், பல தியாகங்களுக்கு நடுவில் தமிழ் இலக்கியம் சிறுபத்திரிகை மொழிபெயர்ப்புகளால் வளர்ந்துகொண்டிருக்கிறது.

கன்னடம் போன்ற மொழிகளில் ஷேக்ஸ்பியரிலிருந்து நெருடா, மார்க்யுஸ்வரை அம்மொழியின் முதுகலை மாணவர் களுக்குப் பாடங்கள் வைக்கப்படுகின்றன. தமிழ் பரிதாபமான சூழ்நிலையில் உள்ளது.

எங்க்தஹல் சொல்லும் அடுத்த குற்றச்சாட்டு அமெரிக்காவில் உயர்ந்த இலக்கிய விவாதங்கள் நடப்பதில்லை என்பது. இந்த வகையில் ஐரோப்பிய இலக்கியம் உயர்ந்த நிலையில் இருப்பதாக இவர் கூறுகிறார். தமிழைப் பொறுத்தவரையில் எண்பதுகள் வரை

இலக்கியத்தின் பரிமாணத்தைக் கவனத்தில் நிறுத்தி விவாதங்கள் நடந்தன. அதன்பிறகு விவாதங்கள் சண்டைகளாக மாறியுள்ளன என்கின்றனர் சிலர்.

அடுத்ததாக, எங்க்தஹல் உலகத்துக்கு அறிவித்த இந்த ஆண்டுக்கான நோபல் பரிசு பெற்றவரின் பெயர், ஓரளவு நான் யூகித்ததுபோல், ஒரு பிரெஞ்சுப் பெயர்.

இந்த ஆண்டு நோபல் பரிசுபெற்றவர் ழூான் மாரிய குஸ்தாவ் லெ கிளாஸியோ. இவரைப் பிரெஞ்சுக்காரர் என்று கூறுவதா, ஆங்கிலேயர் என்று கூறுவதா, மெக்ஸிகோ நாட்டைச் சார்ந்தவர் அல்லது மொரிஷியஸ் நாட்டைச் சார்ந்தவர் என்று கூறுவதா என்று பல கேள்விகள் தோன்றுகின்றன. பல ஆண்டுகளாக எழுதிக் கொண்டிருப்பவர். அமெரிக்காவில் பரிச்சயமில்லாதவர். பிரெஞ்சு மொழியில் மட்டும் எழுதுபவர். 1940இல் பிறந்தவர். ஆங்கிலேய ரான தந்தை; பிரெஞ்சு நாட்டைச் சார்ந்தவர் தாய். பதினெட்டாம் நூற்றாண்டிலேயே மொரிஷியஸுக்குக் குடியேறியது இவருடைய மூதாதையர்கள் குடும்பம் என்று கூறப்படுகிறது.

இந்த ஆண்டு பரிசுப் பட்டியலில் பிரபலமான பலர் பெயர் இருந்தும், எங்க்தஹலின் இலக்கிய அளவுகோல்படி 'தேசங் களைத் தாண்டிய ஓர் உயர் உணர்வு' என்பது இனி இலக்கியத்தில் பரிணமிக்க வேண்டும் என்ற கருத்துக்கு ஸ்வீடிஷ் அகாடமி ஆதரவு கொடுத்தது போல் அமைந்துள்ளது பரிசு. ஒரு நாடோடி போல அலைந்துகொண்டும் போர்களால் குழந்தைகள் சாவதைக் கண்டிக்க யாராவது முன்வரமாட்டார்களா என்று பேட்டிகள் கொடுத்துக்கொண்டும் இருக்கிறார். அத்துடன் பூர்வகுடிகள், ஆதிவாசிகள் ஆகியோரின் அறிவைப் புகழ்ந்து கொண்டும் அலையும் ஜே.எம்.ஜி. லெ கிளாஸியோ என்று அழைக்கப்படும் எழுத்தாளர், எல்லைகள் தாண்டிய பொது மனிதத்துவம் என்ற கருத்தாக்கத்தை இலக்கியத்தில் முன்வைக்கிறார்.

இதனையே ஸ்வீடிஷ் அகாடமியும் குறிப்பிட்டுள்ளது.

ரோலான் பார்த்தையும் தெரிதாவையும் படித்துவிட்டு, ஆய்வு நோக்கையும் அழகியல் நோக்கையும் ஒன்றிணைக்கும் கட்டுரை களை எழுதும் எங்க்தஹல் பல ஆழமான விஷயங்களைச் சர்ச்சைக்குக் கொண்டுவந்துள்ளார் என்றே எனக்குப் படுகிறது.

பரிசுகள் எப்போதும் இலக்கியம் பற்றிய ஆழ்ந்த சர்ச்சையைக் கொண்டு வரவேண்டும். 1964இல் ழான் பவுல் சார்த்தர் என்று பிரபலமாகத் தமிழ்ச் சூழலில் அறியப்பட்ட இருத்தலியல் சிந்தனையாளரும் நாவலாசிரியரும் மனித உரிமைப் போராளியும் தத்துவவாதியுமான பிரெஞ்சுக்காரருக்கு நோபல் கமிட்டி பரிசு கொடுக்க முன்வந்தது. அவர் அதை நிராகரித்தபோது ஏன் நிராகரித்தார் என்று கூறிய காரணம் பிரபலமானது.

தான் எந்த நிறுவனமயப்படுத்தலுக்கும் எதிரானவன் என்றார் சார்த்தர். எக்ஸிஸ்டென்ஷியலிச தத்துவப்போக்கு பற்றியும் நிறுவனமயப்படுத்தல் பற்றியும் உயர்மட்டத்தில் உலகமெங்கும் சர்ச்சை நடந்தது. பிரான்ஸில் பலரைப் புருவத்தை உயர்த்திப் பார்க்க வைத்தது சார்த்தரின் செயல். நாட்டுப்பற்றுள்ள பிரெஞ்சு மக்கள் ஏமாற்றமடைந்தனர். அடுத்ததாக கிளாட் ஸைமன் என்ற அதிகம் பாப்புலராகாத பிரெஞ்சு எழுத்தாளர் 1985இல் நோபல் பரிசு பெற்றார். அவருடைய எழுத்து சிறுவட்டாரத்தில் படிக்கப் படத்தக்கது. அதற்கடுத்து சீனாவிலிருந்து பிரான்ஸுக்கு அரசியல் அகதியாக வெளியேறிவந்த ஹாவ் ஸிங்ஸியான் 2000இல் இலக்கியத்துக்கான நோபல் பரிசைப் பெற்றார். இதுவும் பிரான்ஸுக்குக் கிடைத்த நோபல் பரிசாகக் கருதப்பட்டது.

உலக இலக்கியப் போக்கும் சீன இலக்கியமும் என்ற தலைப்பில் ஒரு விவாதம் உலக அரங்கில் அப்போது நடந்தது. சீனாவில் நோபல் பரிசுமீது அதிருப்தி உண்டாயிற்று. அதற்கடுத்து ஏழு ஆண்டுகளுக்குப் பிறகு லெ கிளாஸியோ இலக்கியப் பரிசைப் பெற்று பிரெஞ்சு குடியரசுத் தலைவர் சர்கோஸியை மகிழ்ச்சி யூட்டியுள்ளார்.

பல நூல்களை எழுதியுள்ள லெ கிளாஸியோ குழந்தைகள் இலக்கியம், நாவல்கள், வாழ்க்கை வரலாறுகள், சிறுகதைகள் எழுதியுள்ளார்.

இவருடைய முதல் நூல் 23ஆவது வயதில் வெளிவந்தது. நூலின் பெயர்: *லெஃப்ராஸஸ் வெர்பல்* என்னும் பிரெஞ்சுப் பெயரைக் கொண்டது. இதன் பொருள் *விசாரிப்பு (த இண்டெரோ கேசன்)* என்பதாகும். இது ஓர் இளைஞனின் மனநோய் பற்றிய சித்திரிப்பாகும்.

அடுத்து புகழ்பெற்றது 1980இல் வெளிவந்த *பாலைவனம்* என்னும் நாவல். இந்த நூலில் பாலைவனத்தில் திடீர் திடீர் எனத் தோன்றும் பாத்திரங்களின் தரிசனங்கள் சித்திரிக்கப்படுகின்றன. முதல் இரண்டு பகுதிகள் சஹாரா பாலைவனத்தில் நடக்கும் விஷயங்களாகும். மேலும் இப்பகுதிகள் கிமு 3000த்தில் வடக்கு ஆப்பிரிக்காவில் வாழ்ந்த பெர்பர்கள் என்ற ஆதிவாசி மக்களின் தொன்மங்களைக் கூறுகிறது. இத்துடன் இன்று ஐரோப்பாவில் விரும்பத்தகாதவர்களாகக் கருதப்படும் ஆப்பிரிக்க மக்களை ஒப்பிட்டுப் பார்க்கும் நோக்கையும் நாவல் முன்வைக்கிறது என்கின்றனர் இந்த நாவலைப் படித்தவர்கள். மேலும், 1. *டெர்ரா அமடா,* 2. *த புக் ஆஃப் ஃபிளைட்ஸ்* (விமானங்களின் புத்தகம்), 3. *த வாண்டரிங் ஸ்டார்* (அலையும் நட்சத்திரம்), 4. *வார்* (போர்), 5. *ஜையண்ட்ஸ்* (பூதங்கள்) போன்ற நூல்கள், நோபல் பரிசுக்குழு கூறும் இவருடைய இலக்கியக் குணமான 'சூழலியல் கற்பனை' (*இகாலஜிகல் இமேஜினேஷன்*) என்பதைச் சுட்டும் படைப்புகளாக விமரிசகர்களால் குறிப்பிடப்படுகின்றன.

இவர் அடிக்கடி மெக்ஸிகோ நாட்டில் சென்று வாழ்கிற எழுத்தாளராவார். உலகப் புகழ்பெற்ற மெக்ஸிகோ நாட்டு ஓவியரும் இடதுசாரிக் கருத்துகள் கொண்டவருமான டியாகோ ரிவேரா பற்றி ஒரு வாழ்க்கை வரலாற்று நூலை எழுதி யுள்ளார். இந்துமகா சமுத்திரத்தில் உள்ள மொரிஷியஸில் தமது வேர் பதிந்துள்ளது என்று கூறும் லெ கிளாஸியோவின் குடும்பத்தினர் இன்னும் அந்தத் தீவில் வாழ்கின்றனர். இந்திய கவிதையியலையும் இந்தியக் காவியங்களின் கதையையும் வைத்து நாவல் எழுதும் மொரிஷியஸ் எழுத்தாளர்களான அபிமன்யு உன்னுத் போன்றோர் சிறப்பாக எழுதுகிறார்கள் என்று கூறும் கிளாஸியோ, தன் நோபல் பணத்தை உலகிலுள்ள இளம் எழுத்தாளர்களுக்குக் கொடுக்கப் போவதாகக் கூறியுள்ளார். டைனமிட் வியாபாரத்தில் உருவாக்கப் பட்ட நோபல் பணம் இப்படி நல்ல காரியத்துக்குப் பயன்படட்டும் என்று கிண்டல் செய்கிறார்கள் பல கணினி, வலைப்பூ (*ப்ளாக்*) எழுத்தாளர்கள்.

இங்கிலாந்திலும் அமெரிக்காவிலும் நாவல் ரசிகர்களுக்கு லெ கிளாஸியோவின் பெயரும் பரிச்சயமில்லை. இவருடைய நூலையும் தெரிந்திருக்கவில்லை. யாரும் வாங்காததால், எந்த

ஆங்கில பதிப்பகமும் இவருடைய நாவல்களின் ஆங்கில மொழி பெயர்ப்பையும் தொடர்ந்து வெளியிடுவதில் உற்சாகம் கொண்டிருக்கவில்லை. இனி எல்லா நூல்களும் ஆங்கிலத்தில் வெளிவரும் என்று வாசகர்கள் எதிர்பார்த்துக் காத்திருக்கிறார்கள். அதற்கிடையில் ஒரு தகவல். கணினி மூலம் நூல் விற்பனை செய்யும் 'அமேஸான் டாட் காம்'கூட லெ கிளாஸியோவின் எந்த நூலையும் கொண்டிருக்கவில்லையாம்.

நான் பிரெஞ்சு இலக்கியச் சூழல் பற்றிப் பேசும்போதே பிரான்ஸில் வாழும் தமிழர்கள், தமிழ் எழுத்தாளர்கள், தமிழகத்திலிருந்து அவர்கள் அழைக்கும் இலக்கியவாதிகள், தமிழ் இதழ்கள், பிரான்ஸ் வாழ் தமிழர்கள் அடிக்கடி நடத்தும் இலக்கியக் கூட்டங்கள் ஆகியவை என் ஞாபகத்துக்கு வருவது தவிர்க்க முடியாதது. ஆனால், பிரான்ஸ் வாழ் தமிழர்களின் இலக்கியச் சிந்தனை ஒரு குறிப்பிட்ட வட்டத்தைத் தாண்டவில்லை.

பிரெஞ்சு இலக்கியவாதிகளோடு ஆகட்டும் பிரெஞ்சு சிந்தனைப் போக்குகளாகட்டும் தமிழர்களுக்குப் பரிச்சயமாகவில்லை. பிரான்ஸில் பெரிய மரியாதையைப் பெறுவதாகச் சொல்லப் படுகிற பாமாவின் *கருக்கு*, ஒரு திறமையான மொழிபெயர்ப்பால் ஆங்கிலத்தில் உலகத்தை வலம் வந்துகொண்டு இருக்கிறது.

கருக்கையும் மராட்டி மொழியில் வெளிவந்த தலித் சுயசரிதை யான *உபரா* வையும் ஒப்பிட்டுப் படித்து—தமிழில் இனிமேல் வளரவேண்டிய தலித் இலக்கியம், தன் முன்னால் உள்ள தவறான முன் உதாரணங்களைத் தவிர்த்து மேலும் வளருவது நல்லது. அதுபோல் பிரான்ஸில் தமிழ் எழுத்தாளர்களைப் பற்றி நினைக்கும்போது, அதி அற்புதமான நடை ஒன்றைக் கைவரப் பெற்றுள்ள ஷோபாசக்தி நினைவில் வருகிறார். அவர் எழுதிய *கெரில்லா* நாவலை அண்மையில் தேடிப் படித்தேன். அது நவீனத்துவத்தின் ஓர் உள்வளைவை சரிசெய்யவில்லை என்று எனக்குப் பட்டது. அதனால் அந்த நாவல் வாசகனுக்கு முழுமை யாகத் திறக்கவில்லயோ என்று தோன்றியது.

எதிர்காலத்தில் தமிழ் இலக்கியம் உலக அரங்கிற்கு வருமென்றால் அது வெளிநாட்டில் வாழும் இலங்கைத் தமிழ் எழுத்தாளர் களால்தான் என்றும் தோன்றுகிறது.

லெ கிளாஸியோ எந்தெந்த இலக்கியவாதிகளைப் படிப்பார் என்று பட்டியலைப் பார்த்தபோது பிரெஞ்சு எழுத்தாளர் எமிலி ஸோலா, ராபே கிரியே போன்றோரும் ஆங்கில எழுத்தாளர் ஸ்டீவன்ஸன், ஐரிஷ் எழுத்தாளரும் பிரான்ஸில் வாழ்ந்து கொண்டிருந்தவருமான ஜாய்ஸ் போன்றோரின் பெயர்களைக் காணமுடிகிறது. எழுத்தாளர்கள் ஒவ்வொருவரும் பழைய எழுத்தாளர்கள் மூலம் தன் எழுத்துக்கு வேண்டிய ஒரு ரகசியமான சூத்திரக்கயிற்றைப் பிடிப்பார்கள். போர்கஸைப் படித்தால் இந்த இரகசியம் கைவரப் பெறும். இவர் புதுப்படைப்பு ரகசியத்தை ஸ்டீவன்ஸனிடமிருந்து எப்படிக் கண்டு தன் எழுத்தில் பயன் படுத்துகிறார் என அறியலாம். லெ கிளாஸியோ, ஜேம்ஸ் ஜாய்ஸ் என்ற யாருக்கும் புரியாத எழுத்தாளரின் *யுலிஸஸ்* பற்றி கூறும் கருத்துகள் இலக்கியத்தின் ஆழத்தில் சஞ்சரிக்கும் அவருடைய புரிதலிலுள்ள பூடகத்தைக் கண்டுபிடிக்க உதவலாம். ஜாய்ஸின் படைப்புகள், சிலரால் ஏற்றுக்கொள்ளப்படாவிட்டாலும், தொடர்ந்து இலக்கிய உலகில் உணர்வைப்போல் அறிவையும் பயன்படுத்துவதும், திட்டமிடல் வேண்டும் என்று நம்பி எழுதுதல் போன்றவையும் உயர் இலக்கியம்தான் என்று புரிய வைக்கின்றன.

இந்த ஆண்டு இலக்கியத்துக்கான நோபல் பரிசு பற்றிக் கூறும்போது லெ கிளாஸியோவைவிட, எங்க்தஹல்தான் என்னைக் கவர்கிறார். தனது இலக்கிய ஆய்வு, தொடர்ந்த தேடுதல், தன் கால இலக்கிய ஆராய்ச்சியின் உயர்மட்டச் செயலாக நடந்த பிரெஞ்சுநாட்டுப் பல்கலைக்கழகச் செயல்பாடு களின் வழி ஒரு பயணம்—இப்படி எல்லா வகை உயர்நிலை இலக்கியக் களத்திலும் சாகசம் செய்து இறுதியில், தன் கோட் பாட்டின்படி, உயர்ந்த இலக்கியவாதி என்று பிறரால் கவனிக்கப் படாதவரும் உலகின் மையப்பகுதியைச் சாராதவருமான ஒருவரைக் கண்டுபிடிக்க உதவியிருக்கிறார். ஆகையால் புறக் கணிக்கப்பட்டாலும், உண்மையான ஒரு புது மனிதாம்சத்தைக் கற்பனைவழி சிருஷ்டித்துக் கொண்டிருந்த லெ கிளாஸியோவைக் கண்டுபிடித்ததில் எங்க்தஹல், எனக்கு லெ கிளாஸியோவைப் போலவே முக்கியமானவராகப்படுகிறார்.

10

இன்றைய சூழலில் பின்நவீனத்துவ உரையாடல்

ஏ.எஸ். திரவியம் அவர்களின் பின்நவீனத்துவம் பற்றிய நூல், பின்நவீனத்துவம் பற்றி வந்துள்ளதில் முக்கியமானது என்பது என் கருத்து.

வேறு பலர் தமிழில் இது பற்றி எழுதினாலும் திரவியம், தனது ஆங்கில இலக்கிய அறிவினாலும் மூலநூலை அதன் தர்க்க பலத்தோடு படித்துப் புரிந்துகொள்ளும் ஆற்றலாலும் சிறப்பாக எழுத முடிந்துள்ளது.

அவர் கூறுவதுபோலவே பிரஞ்சு தத்துவவாதி லையோத்தாரின் அடிப்படையான ஒரு நூலை அடியொற்றி இந்த நூலை அமைத்துள்ளார். லையோத்தாரைப் போலவே உலக அளவில் முக்கியத்துவம் உள்ள ஒரு நூலை அமெரிக்க மார்க்சியரும் பேராசிரியருமான ஃபிரடெரிக் ஜேம்ஸன் எழுதி வெளியிட்டுள்ளார். இது அமெரிக்கப் பல்கலைக்கழகங்களில் பாட நூலாகக் கற்பிக்கப்படுகிறது. எனினும், லையோத்தாரின் கருத்துகளுக்கு அதிக முக்கியத்துவம் கொடுத்துத் தன் நூலை எழுதியுள்ளார் திரவியம். அந்தமுறையில், பலவிதக் கருத்துகள் தமிழில் பின்நவீனத்துவத்தைப் பற்றி முன்வைக்கப்படும்போது, அவற்றில் லையோத்தாரின் கருத்து சிறப்பாகக் கற்பிக்கப்பட வேண்டும் என்று திரவியம் கருதுகிறார். இது சரியானதுதான் என்பது என் கருத்தும்கூட.

முக்கியமாக, லையோத்தார் அறிவை இரண்டுவிதமாகப் பிரிப்பதைப் பற்றி திரவியம் கூறுகிறார். ஒன்று அறிவியல்

தரும் அறிவு. இரண்டாவது, நாட்டுப்புறக்கதை தரும் அறிவு. நானும் என் கட்டுரைகளில் இந்த நாட்டுப்புறக் கதை அறிவு பற்றிக் கூறி லையோத்தாரின் முக்கியத்துவம் தமிழ்ச் சூழலுக்கும் தகுந்தது என்று எழுதியுள்ளேன். எனக்குத் தமிழ் நூல்களில் (அவை சங்க நூலாக இருந்தாலும் சரி, தொல்காப்பியமானாலும் சரி) ஒருவித அறிவு உள்ளது என்ற கருத்துண்டு. ஆங்கில நூல்கள் வாயிலாக வரும் அறிவு போலவே பாரம்பரியமிக்க தமிழ் பிரதிகளில் உள்ளடங்கியுள்ள அறிவைக் காண இந்த லையோத்தாரின் தர்க்கம் பயன்பட்டதுண்டு.

அதுபோல் திரவியம் அவர்கள், அறிவியல் பற்றிய லையோத் தாரின் கருத்தைத் தெளிவாக முன்வைத்து அறிவியல் என்ற 'ஸைன்ஸ்' எத்தகைய சட்டகம் வழி இயங்குகிறது என ஃபையர்பென்ட் போன்ற சிந்தனையாளர்கள் வழிநின்று விளக்கு கிறார். ஆனால், அந்த அறிவியல் (சயின்ஸ்) உலகின் அறுதி உண்மை அல்ல என்கிறார். அதிலுள்ள குறையைச் சுட்டுகிறார். அறிவியல் செயல்படும் தளத்தில் நின்றே அதைச் சுட்டுகிறார். பின்பு அறிவியல் ஒருவித தத்துவத்தோடு சேர்ந்து நின்று பெருங் கதையாடல்களை முன்வைத்ததை லையோத்தார் விளக்கியதை எளிய (இன்றைய கல்வித்துறையினர் பயன்படுத்தும் தமிழில்) முறையில் எடுத்துரைக்கிறார். மார்க்சியமும் ஹெகலியமும் இரண்டு கதையாடல்களை—சிந்தனை முழுமைகளை (கிராண்ட் நரேடிவ்) மனித குலத்தின்முன் வைத்திருக்கின்றன லையோத்தார் சொன்னார்.

அது இன்று கேள்விக்குள்ளாகியுள்ளது.

'அறிவின் யூக ஒருங்கிணைவு' இனியுள்ள உலகில் செல்லாது. இனி இலக்கிய யூக ஒருங்கிணைவும் செல்லுபடியாகாது. இலக்கியம் அதன் ஒருங்கிணைவை (ஸ்பெகுலேடிவ் ஹோல்னஸ்) கேள்வி கேட்க ஆரம்பித்துவிட்டது. இது உள்ளிருந்தும் வெளி யிலிருந்தும் இலக்கியத்தை நெருக்குகிற கேள்வியாகிவிட்டது. இந்த ஒரு விஷயத்தைத் திரவியம் தொடர்ந்தால் தமிழகத்தின் புனைகதை உலகில் காணப்படும் முற்போக்காளர்களின் இலக்கிய அறியாமையும் இந்து மதவாத இலக்கிய ஒருங்கிணைவு அறியாமையும் வெளிப்பட்டுவிடும். இன்றைய எழுத்தில் பரவி

இருக்கும் இந்த மௌடீகத்தைத் திரவியம் விமர்சிக்க வருவதில்லை; ஏனெனில் அவருடைய நோக்கம் இன்றைய தமிழ் இலக்கிய எழுத்து பற்றிய பார்வையல்ல. அவர் எடுத்த விஷயத்தை விளக்குவதே அவருடைய வேலை. இலக்கியத்துறையில் பணியாற்றுபவர்கள் ஏன், எப்படி இந்த யூக ஒருங்கிணைவு நம்மில் பலருடைய முன்திட்டமாக (ப்ரீ பிளானிங்) இலக்கிய எழுத்தில் அமைந்திருக்கிறது என்பதைக் கேள்விக்குட்படுத்தி, போட்டு உடைக்க வேண்டும். பொதுப்புத்தி நாவலாசிரியர்கள் அத்தனை பேரும் 'பொத்பொத்' என்று விழுந்துவிடுவார்கள். வெகுவேகமாகத் தொழில்நுட்பத்தை நோக்கித் திறப்புச் செய்தவாறே முன்நகரும் தமிழ் மனிதன், இன்னும் நில பிரபுத்துவக் கால யூக ஒருங்கிணைவை இலக்கியத்துறையில் தன்னை அறியாமலே பாதுகாக்கிறான் என்றுதான் கூறவேண்டும்.

அதனை நேரடியாகக் கூறாவிட்டாலும், திரவியம் மறைமுக மாகக் கூறுகிறார் என்பதே என் கருத்து. அல்லது சிறந்த கல்வியியலாளரான திரவியம் இந்த நூலில் ஏன் லையோத்தாரை முக்கியப்படுத்த வேண்டும்? திரவியம் பின்நவீனத்துவம் தரும் வாதத்தோடு கல்வி, கலாச்சாரம் என்ற இரண்டு சொற்களையும் இணைக்கிறார். பெரும்பாலும் இலக்கியவாதிகள் மூலமாகப் பின்நவீனத்துவம் தமிழகத்தில் அறிமுகப்படுத்தப்பட்டதால் கல்வி, கலாச்சாரத் தளத்தில் பின்நவீனத்துவத்தோடு இணைந்துள்ள சிந்தனைகள் விவாதத்துக்கு உட்படுத்தப்படவில்லை. இன்று எக்காலத்தையும்விட மிக அதிகமாக இலக்கியம் இலக்கியமல்லாத தோடு இணைந்திருக்கிறது. அதற்கு அர்த்தம் இலக்கியத்தைச் சுருக்கிப் பார்க்கவேண்டும் என்பதல்ல. இலக்கியம் இன்றுவரை வரையறைகளால் சிறு எல்லைக்குள் சுருக்கப்படாததாகவே விகசிப்புக்கொண்டு நிற்கிறது. அது அப்படித்தான் இருக்க வேண்டும். ஆனால், அதனால் இலக்கியத்துக்குள் புறத்தன்மைகளே இல்லை என்று அர்த்தமல்ல. இலக்கியத்தை எழுத ஒருவனும் வாசிக்க ஒருவனும் எழுத ஒரு மொழியும் இருக்கும்வரை, அது உள்முகமாய் மட்டும் இருக்காது. அதற்கு ஒரு புறமுகமும் கண்டிப்பாக இருக்கும். அந்தப் புறமுகத்தோடு தொடர்புடையவை தாம் கல்வி, கலாச்சாரம் என்ற பிரயோகங்கள். இவற்றை யெல்லாம் விளக்கிச் சொல்வது திரவியம் வேலையல்ல.

21ஆம் நூற்றாண்டில் இலக்கியம் பற்றிய பார்வை இப்படிப் பட்டதாய் அமையவேண்டும். இலக்கிய எழுத்து இந்த முன் நிபந்தனையிலிருந்து மனதிலிருந்து முகிழ்க்க வேண்டும். இந்த முன்நிபந்தனை—கவிதை, நாவல், சிறுகதை, நாடக எழுத்தாய் வருவதற்குமுன் எழுதுபவனின் சூழலில், சிந்தனையில்— அதாவது கலாச்சாரத்தில் இருக்கவேண்டும். இப்படிச் சொன்னால், 'அய்யய்யோ கோட்பாட்டைக் கொண்டுவருகிறார்கள். நான் சுத்த சுயம்புவான ஒரிஜினல் படைப்பாளி- கலைஞன்' என்று கூப்பாடு எழுகிறது.

இன்றைய உலக இயங்குமுறையை அறிந்துகொள்ள தொழில் நுட்பம் என்கிற டெக்னாலஜியில் ஏற்பட்டுள்ள மாற்றத்தை ஒரு இயலில் திரவியம் குறிப்பிடுகிறார். அதாவது இன்று எந்திரத் தொழில்நுட்பம் போலவே அறிவுத் தொழில்நுட்பமும் ஏற்பட்டு இருக்கிறது. படிப்பறிவு குறைந்த தமிழ்ச் சமூகத்தில், இன்னும் பாதிக்கு மேல் மக்கள் படிப்பறிவு அற்றவர்களாக வைக்கப்படும் சூழலில் எழுத்து, படிப்பு என்று இருப்பவர்கள் திரவியம் வலியுறுத்தும் இந்த விசயங்களைச் சமூக விழுமியமாகக் கொண்டுவர வேண்டும். அதுதான் இந்த நூலைப் படிப்பவர்கள் செய்ய வேண்டியது. தமிழில் ஒவ்வொரு நாளும் நூற்றுக் கணக்கான நூல்கள் வருகின்றனவாம். இந்த நூலையும் அவற்றில் ஒன்றாக சராசரித் தமிழன் பார்ப்பான். அதற்கு விடக்கூடாது. சொறிச்சல் எடுத்து எழுதப்பட்ட நூல் அல்ல இது.

அதுபோல் திரவியம் முக்கியப்படுத்தும் நியாயப்படுத்தல் (*லெஜிட்டிமைசேஷன்*) ஒருமைப்படுத்தல் (*டோட்டலைசேஷன்*) போன்ற கருத்தாக்கங்களையும் விரிவாகச் சர்ச்சித்து நம் சமூக இயங்குமுறையுடன் பொருத்திச் சிந்தனையை விரிவுபடுத்த வேண்டும். இந்தச் சிறு முன்னுரையில் அது என் நோக்கமல்ல.

ஒவ்வொரு மொழிச்செயலையும் மொழிவிளையாட்டாய்ப் பார்த்து அதை ஒருமைப்படுத்தாமல், அந்தந்தச் சூழலோடு பொருத்தி ஓர் அறிவை உருவாக்குவதோடு நின்றுவிடவேண்டும்; அல்லது பல மொழிவிளையாட்டுகளைக் கண்டுபிடிக்கும் பல்வேறு பிராந்தியங்களை ஒருங்கிணைப்பது (பெரிய கதை யாடல்கள்) கொடூரங்கள் விளையத்தான் வழிவைக்கும் என்கிற

லையோத்தார் வழி சிந்தனையைத் திரவியம் கூறுகிறார். தமிழகத்தின் வட்டார- நாஞ்சில், நெல்லை, தஞ்சை, தமிழ்மொழி விளையாட்டுக்கள் திராவிடத் தமிழாய் ஒருங்குப்படுத்தப்படும் போது இன்றைய அழிமதிகளை எதிர்கொள்ள வேண்டும்.

திரவியம் தன் நூலில் ஒரு பெரிய வெடிகுண்டை மறைத்து வைத்திருக்கிறார். தேடுபவர்களுக்கு அது கிடைக்கும்.

11

சிங்கப்பூர் உலகத் தமிழ் எழுத்தாளர் மாநாடு

மொத்தத்தில் நடந்தவை எல்லாம் எனக்கு ஆச்சரியமாகவே இருந்தன. சுமார் ஆறு மாதங்களுக்கு முன்பே சிங்கப்பூரில் நடக்கும் தமிழ் எழுத்தாளர் மாநாட்டுக்கு அழைப்பு வந்தது.

சிங்கப்பூர் என்றதும் தமிழுக்கு அதிகம் முக்கியத்துவம் கொடுக்கும் அந்நிய நாடு என்று ஏற்கனவே அறிந்திருந்தேன். அங்குள்ள தமிழ் எழுத்தாளர்கள் பலரை எனக்குத் தெரியா விட்டாலும் அங்குப் புதுக்கவிதையை அறிமுகப்படுத்தி தொடர்ந்து—இன்றுவரை போராடிக் கொண்டிருப்பவர்கள் பலரைக் கேள்விப்பட்டிருக்கிறேன். இந்தியாவின் தென்பகுதியில் வாழ்ந்துகொண்டு ஈழ இலக்கியத்தை ஓரளவு அறிந்துவிட்டதாகக் கருதும் நான், சிங்கப்பூர், மலேசிய இலக்கியத்தை அறிவதில் தொடர்ந்து தோல்வியடைந்துகொண்டு வந்தேன். ஈழ எழுத்தாளர் களை முடிந்தபோதெல்லாம் ஐரோப்பாவிலும்—பிரான்ஸ், ஜெர்மன், இங்கிலாந்து ஆகிய நாடுகளிலும் சந்தித்த போதெல்லாம் அவர்களின் இலக்கியம் பற்றி அறியவே எப்போதும் முயன்று வந்திருக்கிறேன்.

இந்தப் பின்னணியில் சிங்கப்பூர் எழுத்தைப் பற்றியும் மலேசிய எழுத்தைப் பற்றியும் அறிந்துகொள்ளும் வாய்ப்பாகக் கருதி உற்சாகத்துடன் சிங்கப்பூர் விமான நிலையத்துக்கு அக்டோபர் 27ஆம் தேதியே சென்று இறங்கினேன். பின்பு ஏற்பாடு செய்யப் பட்டிருந்த ஹோட்டலுக்கு நான் வாடகைக் கார் பிடித்துச்

சென்றபோது மாநாடு ஏற்பாடு செய்தவர்கள் அறைவசதிகள் செய்து கொடுத்தார்கள்.

சிங்கப்பூர், மலேசியா போன்றன தமிழ்ச் சிந்தனையைப் பொறுத்த வரையில் முக்கியமான நாடுகள். தனிநாயக அடிகளும் வேறு பலரும் அகில உலகத் தமிழ் ஆராய்ச்சி தேவை என்று கருதி உலகமெங்கும் இருந்த தமிழறிஞர்களை ஒன்றிணைத்து உலகத்தமிழ் ஆராய்ச்சியை இங்குத் தொடங்கினார்கள். இது ஒரு பொருளாதார வளமுள்ள நாடாக இருப்பதால், இந்த அரசு தமிழை நான்கு அரசாங்க மொழிகளில் ஒன்றாக அங்கீகரித்துள்ளது. அகில உலகத் தமிழ்ச் செயல்பாடுகள் செய்பவர்களுக்கு இது வசதி செய்கிறது. ஓரளவு அமெரிக்க டாலரின் அளவு மதிப்பு சிங்கப்பூர் டாலருக்கும் இருக்கிறது. இது அகில உலகச் செயல்பாடுகளைச் சிங்கப்பூரில் மையங்கொண்டு தமிழ் ஆர்வலர்கள் செய்வதற்கு நல்ல வாய்ப்பைத் தருகிறது.

தமிழகத்திலிருந்து சினிமாக்காரர்களை அழைத்துச் சிறப்பு செய்து மகிழ்கிற இப்பகுதித் தமிழர்களின் குழந்தை உள்ளத்தை, தொடர்ந்து சுரண்டி மகிழ்கிறார்கள் சினிமாக்காரர்கள்.

இம்முறை சிங்கப்பூர் தமிழ் எழுத்தாளர் அமைப்பு, சிங்கப்பூர் அரசிடமிருந்து பெற்ற நிதியுதவியை எப்படி நல்லவிதமாகச் செலவு செய்யலாம் என்று நினைத்த போது, அவர்களுக்கு ஓர் உலகத்தமிழ் எழுத்தாளர் மாநாடு நடத்தவேண்டும் என்று தோன்றியிருக்கிறது. அதனை எந்தத் தலைப்பில் நடத்தலாம் என்று சிந்தித்தபோது அவர்கள் சரியானவர்களைத் தொடர்பு கொண்டிருக்கிறார்கள். அதனால் 'தாயகம் கடந்த தமிழ் இலக்கியம்: புதிய போக்குகள், புதிய பாதைகள்' என்று ஒரு முக்கியமான தலைப்பு உருவாகியிருக்கிறது. சினிமாக்காரர் களாலும் பிரபலங்களாலும் இந்தத் தலைப்பைப் புரிந்துகொள்ள இயலாது.

இந்தத் தலைப்பு இன்றைய அகில உலகத் தமிழர் பரவலைப் புரிந்துகொள்வதற்கும் அடுத்தகட்ட நடவடிக்கைகளுக்கும் மிகவும் உகந்ததாகும். சிங்கப்பூர் அரசால் இந்தி மொழி அங்கீகரிக்கப்படவில்லை. இந்தி பேசுபவர்கள், பொறாமையுடன் தமிழ்மொழிக்குச் சிங்கப்பூர் கொடுத்துள்ள இடத்தை இரகசியமாய்க்

கண்டிக்கிறார்கள். இந்தியைவிட தமிழ் முக்கியம் என்று சிங்கப்பூரின் அரசமைப்பு விதிகள் கூறுகின்றன. இந்த அரிய வாய்ப்பைத் தமிழர்கள் தம்மினமான அகில உலகத் தமிழர்களை ஒன்றிணைக்கவும் இன்று தமிழர்கள் உலகமெங்கும் எதிர் கொள்ளும் புறக்கணிப்பைத் தடுக்கவும் பயன்படுத்தமுடியும்.

இந்தக் கோணத்திலிருந்து பார்க்கும்போது உலகின் பல்வேறு பகுதிகளில் இருந்தும் தொடர்ந்து தமிழிலக்கியம் பற்றிச் சிந்திப்பவர்கள் இந்த மாநாட்டுக்கு அழைக்கப்பட்டிருந்தது மிகவும் பாராட்டுக்குரிய காரியமாகும்.

இந்த மாநாடு தமிழ்க்கல்வியாளர்களால் தமிழ்க்கல்வியாளர்களை ஒன்றிணைக்கக் கூட்டப்படவில்லை. இது ஒரு வரையறுப்பு. தற்கால இலக்கியத்தையும் மொழிபெயர்ப்பையும் தற்கால கணினித் தமிழிலக்கியத்தையும் இம்மாநாடு முன்வைத்தது. இந்த மூன்றுமுகங்களுடன் தற்கால ஓர்மை பிரதானமாக்கப் பட்டிருந்தது. இந்தத் தனி அறிவு அடையாளத்துக்குப் பின்னணியாய் வலிமை சேர்த்தவர்கள் நா. ஆண்டியப்பனும் அருண்மகிழ்நனும். இவர்கள் ஊடகத் தமிழ்த் துறை சார்ந்த மாலனையும் புலம்பெயர் இலக்கிய நிபுணராக சேரனையும் பாரிஸில் வாழும் லட்சுமியையும் ஆலோசகர்களாக வைத்து மொத்த சிந்தனைக் கட்டமைப்பைச் செய்துள்ளனர்.

சிங்கப்பூர், மலேசிய எழுத்தாளர்கள், தற்கால இலக்கியம் பற்றிக் கட்டுரை எழுதவல்ல இவ்விரு நாட்டுப் பல்கலைக்கழகப் பேராசிரியர்கள் பலர் கருத்தரங்கில் கலந்துகொண்டனர். இவர்களில் பலர் தமிழகத்தில் தமிழ் ஆராய்ச்சி செய்தவர்களாக இருக்கிறார்கள். தமிழக ஆய்வாளர்களைப்போலவே, எல்லா விஷயத்திலும் இருக்கிறார்களே என்ற என் ஆச்சரியத்துக்கு அளவில்லாமல் போனது.

தொடக்கவிழா 28ஆம் தேதி அக்டோபர் மாதம் மாலையில் முடிந்த பிறகு அடுத்த நாளிலிருந்து கருத்தரங்குகள் மிகுந்த கட்டுப்பாட்டோடு நடத்தப்பட்டன. ஒவ்வொருவருக்கும் 20 நிமிடங்கள் கொடுக்கப்பட்டன.

சேரன் கட்டுரையோடு கருத்தரங்கு தொடங்கியது. கருத்தரங்கின் தலைப்பான 'தாயகம் கடந்த தமிழிலக்கியம்' பற்றிய சிந்தனைகள்

தொடங்கின. இப்படி ஒரு தலைப்பில் சென்னைப் பல்கலைக் கழகத்தில் சிலர் ஆய்வு செய்வதைக் கேள்விப்பட்டிருப்பது தவிர, வேறெங்கும் தமிழகத்தில் இந்தத் தலைப்புப் பற்றி நான் கேள்விப் பட்டதில்லை. இந்தத் தலைப்பைக் கோட்பாடாகக் கண்டு பிடித்தவர்கள் தமிழர்களல்லர். மேற்கத்தியப் பல்கலைக்கழகங்கள். எனவே, மேற்கத்தியர்களின் கோட்பாட்டை விரிவாகப் படிப்பதோடு தமிழர்களின் தரவுகளையும் இணைத்து ஆய்வு செய்யவேண்டும். புலம்பெயர்ந்து வாழ்பவர்களைத் தரவாக வைத்து, அனைத்துலக ஆய்வுமுறையியலை அறிந்தவர்கள் இத்தகைய ஆய்வுகளில் ஈடுபடும் போது இந்தத் துறை ஆய்வு மேம்படும். சிங்கப்பூர் பல்கலைக்கழகத்தின் தொழில்நுட்பத்துறை ஆய்வுகள் உலகத்தரத்தில் நடப்பவை; உலகத்தரத்தில் மொழியியல் ஆய்வுகள் நடக்கின்றன. தமிழாய்வும் உலகத்தரத்தில் இனிமேல் நடப்பதற்கு வாய்ப்புகள் உள்ளன.

'தாயகம் கடந்த தமிழிலக்கியம்' என்ற சொல்லமைப்புப் பற்றி முன்பு ஏ.கே. ராமனுஜன் தமிழ் கற்பித்த சிக்காகோ பல்கலைக் கழகத்திலிருந்து வந்திருந்த சாஷா எபெலிங் மிகவும் விரைவாகப் படித்த தன் ஆங்கிலக் கட்டுரையில் குறிப்பிட்டார். தாயகம் கடந்த தமிழிலக்கியம் என்பது 'தாய்நாட்டிலிருந்து வெளியில் சென்ற தமிழிலக்கியம்' என்ற பொருளைத் தருகிறது. 'புலம் பெயரியம்' என்பது இன்று எழுந்துள்ள ஒரு கருத்தாக்கம் (*கொன்சப்ட்*). இந்தப் புதுக் கருத்தாக்கத்தின் ஒரு உள்பிரிவினை தான் தாய்நாட்டிலிருந்து வெளியில் சென்ற தமிழிலக்கியம். *டயஸ்போரிக் லிட்ரேச்சர்* (புலம்பெயர் இலக்கியம்) என்பது ஆங்கில அகராதியில் காணப்படாத பொருளில் இன்று அகில உலக ஆய்வுகளில் பயன்படுத்தப் படுகிறது.

மேலும், இந்தத் தலைப்புப் பல சிக்கல்களையும் தன்னகத்தே கொண்டதாகும். ஈழத்திலிருந்துபோய் ஓர் ஆண்டு பாரிஸில் வசிப்பவர் எழுதுவது புலம்பெயர் இலக்கியமா? அல்லது ஒரு தலைமுறை மட்டும் மலேசியாவில் போய் வாழ்பவர் எழுதுவது புலம்பெயர் இலக்கியமா? அல்லது இரண்டுமூன்று தலைமுறை யாகத் தென்னாப்பிரிக்காவில் வாழ்ந்த கடைசித் தலைமுறையி லிருந்து ஒருவர் எழுதுவதுதான் புலம்பெயர் இலக்கியமா? சாஷா எபெலிங் இந்தக் கோட்பாட்டுச் சிக்கல்களைத் தன் கட்டுரையில்

எதிர்கொண்டு ஒரு விடை தந்தார். அதாவது புலம்பெயரியம் என்பது ஒரு கணச்செயல் என்று கூறி இரண்டு கலாச்சாரங்களும் இணையும் கணத்தை நாம் ஆயவேண்டுமென்கிறார்.

இதுபோன்ற நுண்மையான கருத்துகளைக் கண்டு அவற்றை மைய விவாதப் பொருளாக மாற்றுமளவு சபையினருக்குப் பொறுமையிருக்கவில்லை. சாஷா எபெலிங் தமிழ் பேசியதைக் கேட்டு அரங்கம் அதிரும் அளவு கைதட்டல் கேட்டது. மறுநாள் *தமிழ்முரசு* பத்திரிகையில் மலேசியாவுக்கு வந்துள்ள சூர்யாவின் சினிமாப் பேட்டிக்கு அருகில் வெள்ளைக்காரர் தமிழ் பேசினார் என்று பெரிய தலைப்பில் செய்தி போடப்பட்டிருந்தது.

'*தாயகம் கடந்த*' என்ற சொற்றொடரில் இன்னொரு சிக்கலும் உள்ளது. அதாவது உலகெங்கும் பரவி வாழும் எல்லாத் தமிழரும் தமிழகத்திலிருந்து உற்பத்தியானவர்கள் என்ற தற்புனைவு (அசம்ப்சன்) விரும்பியோ விரும்பாமலோ இந்தத் தலைப்பில் வெளிப்படுகிறது. ஈழப்போர் நடந்துகொண்டிருக்கும்போது இந்தியப் பாராளுமன்றத்தில் பல இந்திக்கார உறுப்பினர்கள், 'இந்தியாவிலிருந்து பிழைப்புக்குப் போன ஈழத்தவர்கள் இலங்கையில் தனிநாடு கேட்கிறார்கள்' என்றார்கள். அதாவது உலகம் முழுவதும் பரவியுள்ள தமிழர்கள் தென்னிந்தியா விலிருந்து போனவர்கள் என்ற தவறான எண்ணம் இங்கு வெளிப்பட்டது. 'தாயகம்' என்று ஒருமையில் பயன்படுத்தும் சொல் ஈழத்தவர்கள் காலங்காலமாக இன்று இலங்கை என்று அழைக்கப்படும் நாட்டில் வாழ்ந்ததை நினைவிலி நிலையில் மறுக்கிறது. தமிழர்கள் தமிழகத்திலும் ஈழத்திலும் காலங்காலமாக வாழ்ந்தவர்கள். எனவே, '*தாயகங்கள் கடந்த தமிழிலக்கியம்*' என்ற சொல்லாக்கமே சரியாக இருக்கும்.

கோட்பாட்டை முன்வைத்த இன்னொரு கட்டுரையைச் சிங்கப்பூர் பல்கலைக்கழகத்தில் தமிழ் எமிரிட்டஸ் பேராசிரியராகப் பணியாற்றும் சுப. திண்ணப்பனும் ஆங்கிலத்துறை சார்ந்த சித்ரா சங்கரனும் இணைந்து முன்வைத்தார்கள். ஹோமி பாபா மற்றும் ஐஜாஸ் அகமது புத்தகங்களைப் படிக்கும்—சர்ச்சிக்கும்—இந்திய அறிவாளிகள் மத்தியில், இக்கட்டுரை (தமிழில் மொழிபெயர்த்து) முன்வைக்கப்பட்ட போது அகில உலகக் கோட்பாட்டாளர்களான

இந்தக் குறிப்பிட்ட அறிஞர் பெயர்கள் விடுபட்டது வியப்பை ஏற்படுத்தியது. தமிழகத்தில் ஹோமிபாபாவும் ஐஜாஸ் அகமதுவும் புதிய பார்வைகள் தோன்ற உதவிய அறிஞர்களாவர். தமிழில் மொழிபெயர்க்கப்படாவிட்டாலும் ஹோமி பாபாவின் *தேசமும் கதையாடலும் (நேஷன் அண்ட் நரேசன்)* என்ற நூல் இன்றைய தமிழ்த் திறனாய்வில் புதுப்போக்குகள் தோன்ற உதவியது. இன்றைய தமிழ்ச்சிந்தனை முழுமைபெற வேண்டு மென்றால் தமிழிலும் ஆங்கிலத்திலும் படித்து அந்தச் சாரத்தைத் தமிழுக்குத் தரவேண்டும். ஆங்கிலத்தில் படிக்கும் பழக்கம் சிங்கப்பூர்- மலேசியா வாழ் தமிழ் எழுத்து ஆர்வலர்கள் மத்தியில் இல்லையோ என்றும் கேட்கத் தோன்றுகிறது.

நாகார்ஜுனன் தமிழகத்தில் கோட்பாட்டை முன்வைத்து எழுதிவந்தவர். இங்கிலாந்தில் வசிக்கும் இவர் எப்போதும் தமிழ் எழுத்தில் அக்கறை கொண்டவர். உறவுவிடாமல் அத்தொடர்பில் இருப்பவர் என்பதற்கு இவருடைய வலைப்பூ சாட்சியமளிக்கிறது. வலைப்பூக்களை எப்படிப் பயன்படுத்த வேண்டும் என்பதற்கு உதாரணமான வலைப்பூவை நடத்துபவர். இவருடைய உரையில் பாரதியின் பிரஞ்சு தொடர்பை வலியுறுத்திப் பேசினார். புலம் பெயரியம் என்பதைத் தென் ஆப்பிரிக்கா, பாண்டிச்சேரி என்று விரிவுபடுத்தினார்.

என் கட்டுரையில் இன்றைய பின்நவீனத்துவக் கருதுகோளான கற்பனையிலிருந்து அறிவு உருவாகிறது என்ற அடிப்படையை வலியுறுத்தினேன். அதனைக் கோட்பாட்டாக்கம் *(தியோரைஸ்)* செய்ய மூன்று கட்டமாகப் புனைகதைகளைப் பிரித்தேன். ஈழத்திலிருந்தபோதே எழுத்தாளர்களாய் இருந்து புலம் பெயர்ந்தவர்கள் (எஸ். பொன்னுத்துரை, அ. முத்துலிங்கம்) ஒருவகை. புலம்பெயர்ந்த பின்பு எழுத்தாளுமையை வளர்த்தவர்கள் இரண்டாம் வகை (பொ. கருணாகரமூர்த்தி, ஷோபாசக்தி, மெலிஞ்சிமுத்தன்), மூன்றாவது வகை தாயகத்தின் பேரழிவு உணர்வின்றி—ஈழத்தவர்களைப் போலன்றி—வேறு காரணங் களுக்காகப் புலம்பெயர்ந்த இந்தியத் தமிழர்களான காஞ்சனா தாமோதரன், நாகரத்தினம்கிருஷ்ணா ஆகியோர். இவர்களின் புனைவுகள் புலம்பெயர் நெருக்கடி என்ற புதிய அறிவை எப்படித் தருகிறது என்ற ஆய்வு மேற்கொள்ளப்பட்டது. வெறும்

உரைநடை ஆக்கங்களை எல்லைக்கோடாகக் கொண்டு ஆய்வு செய்யப்பட்டது. எப்போதும் இந்த ஆய்வுமூலத்தை விரிவுபடுத்தி வேறு பல பிரதிகளையும் ஆயும்முறையில் இந்தக் கட்டுரை முன்வைக்கப்பட்டது.

இதுபோல் புதிய தகவல்களை உலகின் பல்வேறு பகுதி களிலிருந்தும் வந்திருந்தவர்களுக்குப் பகிர்ந்து அகில உலகத் தமிழினம் என்ற அடையாளத்தை முன்வைத்தார்கள் பலர். மலேசிய, சிங்கப்பூர் இலக்கியம் பற்றிய தன் நீண்டநாள் அனுபவம் மூலம் மிக நல்ல காட்சிப்படுத்தலாய் தன் கட்டுரையை மாலன் முன்வைத்து எல்லோரையும் கவர்ந்தார்.

இதுபோல் மலேசியாவின் முக்கியமான எழுத்தாளராய் எல்லோராலும் அறியப்பட்டிருக்கிற கார்த்திகேசு தன் நாட்டின் வரலாற்றின் அடிப்படையில் அந்நாட்டின் இலக்கியம் எப்படி வளர்ந்திருக்கிறதென்று கட்டுரை படித்தார். மலாயா பல்கலைக் கழகத்தின் பேராசிரியர்களாகவும் தற்கால இலக்கியத்தில் முனைவர் பட்டம் பெற்றவர்களாகவும் அறியப்பட்டுள்ள சபாபதியும் கிருஷ்ணன் மணியனும் பிற பேராளர்களுக்குத் தெரியாத பல தகவல்கள் கொண்ட கட்டுரைகளை முன்வைத்தனர். இலங்கை யிலிருந்து வந்திருந்த வீரகேசரியின் பிரதம ஆசிரியரான தேவராஜ், அ. முத்துலிங்கம், ஷோபாசக்தி போன்றோர் தமிழகத்தில் பேசப்படும் அளவு இலங்கையில் பேசப்படுவதில்லை என்று கூறியபோது வியப்பாக இருந்தது.

புலம்பெயர்ந்த இடத்தில் நடக்கும் கலாச்சாரச் செயல்பாடு களைப் பற்றி ஜெர்மனியில் நடந்த செயல்பாடுகளைச் சுசீந்திரன் முன்வைத்தார். யுவராஜன் சுப்பிரமணியனும் கவிதா கரும்பாயிரமும் சிங்கப்பூர், மலேசியாவின் சமீபகாலங்களில் நடக்கும் இலக்கியச் செயல்பாடுகளை முறையாக முன்வைத்து, தமிழகத்திலிருந்தும் பிற பகுதிகளிலிருந்தும் வந்திருந்தோருக்கு இந்த இரு நாடுகளின் நவீன இலக்கியத்தை விளக்கிக் கூறினர். எசோதா பத்மநாபன் சமீபத்தில் இலங்கையில் சர்ச்சைக்குரிய தமிழ் எழுத்தாளர் மாநாடு நடத்திய நடேசன், முருகபூபதி ஆகியோரைப் பற்றிக் கூறினார். இவர் ஆஸ்திரேலியாவிலிருந்து வந்து கட்டுரை படித்தார் என்பது குறிப்பிடத்தக்கது. கிர்பால்சிங், சிங்கப்பூர் இலக்கிய

அடையாளத்தை இரண்டு கவிதைகள் வழி விளக்கியது சற்று மேம்போக்காகவே பட்டது.

இந்த மாநாட்டில் நடந்த இன்னொரு குறிப்பிடத்தகுந்த நிகழ்வாகக் கணினி சார் தமிழ் வளர்ச்சி பற்றிய கட்டுரைகளைக் குறிப்பிட வேண்டும். அதில் உலகத் தமிழர்களுக்கு நன்கு பரிச்சயமானவரும் தமிழ் எழுத்துருவை ஆரம்ப காலத்தில் கட்டணமின்றி கணினிகளுக்குத் தந்தவருமான முரசு நெடுமாறன் தமிழ் மின் புத்தகங்கள் பற்றிக் கட்டுரை படித்து இனி புத்தகம் தாளில் இருக்காது என்றார். எப்படி அடிக்கோடு போடுவது, பக்கங்களை மடித்து வைப்பது என்று திரையில் காட்டி கைத் தட்டல் பெற்றார். கணினி என்ற புது ஊடகம் புதுச் சிந்தனையான பெண்ணியத்தைப் பரப்புகிறதென்று நாகலட்சுமி விளக்கினார். இவர் பாரிஸிலிருந்து அச்சு ஊடகமாக வரும் *உயிர்நிழலின்* ஆசிரியருமாவார். எழுபதுகளில் *தாமரையில்* எழுதத் தொடங்கி 40 ஆண்டுகளாகத் தற்காலத் தமிழின் தவிர்க்கவியலா நபராக விளங்கியதோடு முதல் தமிழ் வலைப்பூவான திண்ணையைத் தொடர்ந்து நடத்தி அனைத்துலகத் தமிழை ஒருங்கிணைக்கும் கோ. ராஜாராம் இன்றைய முதல்வர் மடிக்கணினி கொடுப்பதைப் பாராட்டினார். அந்தக் கணினியைப் பயன்படுத்தி விக்கிபீடியா விலிருந்து ஆங்கிலக் கட்டுரைகளை ஆங்கிலமும் தமிழும் தெரிந்த இளைஞர்கள் மொழிபெயர்த்து, தமிழ் விக்கிபீடியாவின் பக்கங்களைக் கூட்டினால் அதுபோன்ற அறிவுப்புரட்சி வேறேதும் இல்லை என்றார். இதுபற்றித் தமிழகத்தில் கணினி வல்லாராகிய இளைஞர்கள் யோசித்து பள்ளிகளுக்குச் சென்று மாணவர் களுக்குப் பயிற்சி கொடுக்கலாம். இதனை யாரும் செய்வார்களா? இதனை ஒரு இயக்கமாகச் செய்யவேண்டும்.

அதுபோல் நா. கண்ணன் கணினியில் வரும் வலைப்பூக்கள் வழி நடக்கும் புதிய இலக்கியங்களைப் பற்றிக் குறிப்பிட்டார். அதாவது ஓலைச்சுவடி இருந்த போது தூது, கலம்பகம் வந்தன. தாள் வந்த பிறகு நாவல், சிறுகதை வந்தன. சைபர் களம் வந்த பிறகு மடலாடல் போன்றன வரும் என்று அவர் பேச்சைக் கேட்டபோது தோன்றியது. மயூரன் (இலங்கை) தற்கால இலக்கியம் இனி புதிய கணினி மொழிநடையால் பாதிக்கப்படும் என்று சுவையாக விளக்கினார். பல உதாரணங்களையும் தந்தார். மொழிநடை ஒரு

முக்கியமான துறையாகையால் இந்தக் கட்டுரை வழி சர்ச்சை தொடரவேண்டும்.

இன்னொரு முக்கியமான சிந்தனை நிகழ்வு முன்வைக்கப்பட்ட மொழிபெயர்ப்புப் பற்றிய கட்டுரைகள் ஆகும். கனடாவிலிருந்து வந்திருந்த பேராசிரியர் செல்வா கனகநாயகம் இன்றைய இலக்கிய மொழிபெயர்ப்புப் பற்றி விரிவாகப் பேசவேண்டிய கட்டுரையை 20 நிமிடங்களில் தரவேண்டி சுருக்கிக் கூறினார். அப்போது சிங்கப்பூரில் ஒரு தமிழ்- உலக மொழி, மொழிபெயர்ப்பு மையம் உருவாக வேண்டுமென்று எல்லோரின் கைத்தட்டலுக்கு இடையே கூறினார். பேராசிரியர் சிங்காரவேலு திருக்குறளைச் சரியாக மலாய்மொழியில் மொழிபெயர்த்து வருவதை அறிந்த போது செல்வா கனகநாயகம் கருத்து சரியானது என்று அடுத்த நாள் நான் கருதினேன். அதுபோல் தமிழ்நூல்களைச் சீன மொழியில் கொண்டுவருவதற்கும் சிங்கப்பூர் சரியான இடம். மூான்-லுய்க் செவ்வியார் என்ற பிரஞ்சு நாட்டுத் தமிழறிஞர் ஐரோப்பியர்களின் கோணத்தில் ஒரு கட்டுரை படித்தார். முதலில் தமிழை மூன்று வகையாகப் பங்கு வைத்தார். பேச்சுத் தமிழ் முதல்வகை. எழுத்துத்தமிழ் இரண்டாவது. அடுத்து மூன்றாவது செவ்வியல் தமிழ். இந்த முப்‘பிரிவை’ப் புதிய முத்தமிழ் என்று அழைத்தார்.

இந்த மூன்று தமிழிலிருந்தும் மொழிபெயர்ப்பு செய்வது எப்படி என்று விளக்கும்முறையில் கட்டுரையை அமைத்திருந்தார். அப்போது அவர் பல ஆண்டுகளாக, மேற்கொண்டிருக்கும் சொல்லதிகாரத்தின் சேனாவரையர் உரையைத் தன் மொழிக்கு மொழிபெயர்க்கும்போது வரும் புறரீதியான கஷ்டங்கள் பற்றிப் பேசினார். அதில் ஒன்று தி.வே.கோபாலய்யர் அளவு பலருக்கும் பழைய இலக்கியம் தெரியவில்லை என்றார். பழைய பிரதிகளை, நாம் நம் இன்றைய வாழ்வுக்காக எப்படி விளக்குவது என்று யோசிக்கும்போது வெள்ளைக்காரர்களின் பிரச்சினை வேறு. நம் பிரச்சினை வேறு. இன்றும் ஐரோப்பா-மையச் சிந்தனையுடன் புதுச்சேரியில் இருக்கும் பிரஞ்சு ஆய்வு நிறுவனம் செயல் படுகிறதென்று தெரிகிறது. அதனால் கோபாலய்யர் போல பழைய இலக்கியத்தை மனப்பாடம் செய்து உரை சொல்கிறவர்களையே நாடுகிறது இவர்களின் மூளை. தற்கால இலக்கியத்தில்

ஈடுபட்டிருக்கும் சாஷா எபெலிங் போன்ற ஆய்வாளர்கள் இதில் வேறுபட்டுள்ளனர். அவர்கள் நமக்கு முக்கியம்.

இங்கு, நான் ஆச்சரியமாகக் கருதிய ஒருவர் உதயசங்கர் என்ற இந்தியர். இவர் மலேயா எழுத்தாளர்களோடு போட்டிபோட்டு அந்த மொழியில் இலக்கியம் படைக்கிற விசயத்தைக் கருத்தரங்கில் வெளிப்படுத்தினார். மலேயாவில் உள்ள எழுத்துக்கும் தமிழில் உள்ள எழுத்துக்கும் உள்ள வேறுபாடுகளையும் ஒற்றுமை களையும் நன்றாகத் தமிழ் பேசும் இவர்மூலம் நாம் அறிந்து கொள்ள முடியும். இன்றைய தமிழிலக்கியத்துக்கு ஓர் உலகத் தன்மையை அது வழங்க முடியும். மலேயா பல்கலைக்கழகத்தில் தமிழில் முதுகலைப் பட்டம் பெறுவதற்கு ஆய்வேடுகள் உருவாக்கவேண்டும். இந்தியாவில் இருப்பதுபோல் இரண்டு ஆண்டுகள் வகுப்பறை பாடம் இல்லை என்றார்கள். மேலும், ஆய்வேட்டை மலாய் மொழியிலோ, ஆங்கிலத்திலோ தான் அளிக்கவேண்டும் என்று விதிமுறை இருப்பதை எனக்கு நண்பர்கள் தெரிவித்தனர். மலாய் மொழியோடு தமிழ்ப் படைப்பிலங்கியங்களை ஒப்பிட்டுப் பார்க்கவும் இது வழிகோலும் போது தமிழ் எவ்வளவு சிறந்த வாய்ப்புகளைப் பெறும்? கன்னடத்துக்கு எட்டு ஞானபீடப் பரிசுகள் போய்விட்டதற்காக நாம் பொறாமைப்படத் தேவையில்லாத அளவு, அகில உலகத் தொடர்பு தமிழுக்கு இருக்கிறது.

இன்று இந்தியாவில் மறைமுகமாகப் பரவும் இந்திமொழி கடந்த 50 ஆண்டுகளில் உலகின் ஆறாவது இடத்தைப் பிடித்து விட்டது. மேற்கில் இன்று இந்தியா என்றதும் சம்ஸ்கிருதத்தையும் இந்தியையும்தான் நினைக்கிறார்கள். உலகில் சுமார் 110 நாடுகளில் இந்தியாவின் தூதரகங்கள் உள்ளன. இவை பலவற்றிலும் பண்பாட்டுச் செயலர் என்றொரு பதவியில் ஐஎஃப்எஸ் அதிகாரி ஒருவர் உள்ளார். அவருடைய ஒரே வேலை இந்தி மொழியைப் பரப்புவதாகும். இப்படி இந்திமொழியின் ஆணவத்தில் தமிழ் போன்ற பாரம்பரியமிக்க மொழிகள் தாக்குதலைத் தொடர்ந்து எதிர்கொள்ளும்நிலையில் உள்ளன. ஈழத்தமிழர்கள் அழிக்கப் பட்டதுபோல் தமிழையும் இந்திமொழி எதிர்காலத்தில் அழிக்கத் தான் செய்யும். இதற்கு மாற்றாக, சிங்கப்பூரிலும் மலேசியாவிலும் இந்திமொழிக்கு இடமில்லாதது நமக்குக் கிடைக்கிற நல்ல

செய்தி. தமிழர்கள் எப்போதும் மத்திய அமைச்சகத்தில் வெளியுறவுத்துறையைத் தமக்குக் கேட்கவேண்டிய கடமை இங்கு தெளிவாகிறது. ஆனால் நாம் மத்திய தொலைத்தொடர்புத் துறை அமைச்சராகத்தான் ஆசைப்படுகிறோம். நம் சகோதரத் தமிழர்களை ஈழத்திலும் சிங்கப்பூரிலும் கனடாவிலும் காப்பாற்ற வசதியான வெளியுறவுத்துறைத் தமிழ் அமைச்சர் பதவியொன்றை உருவாக்க சட்டத்தைத் திருத்தமுடியும். இதைத்தான் திராவிட நாட்டுக் கோரிக்கையைக் கைவிட்ட அண்ணா முன்வைத்திருக்க வேண்டும்.

இந்தக் கருத்தரங்கு இவ்வாறெல்லாம் நாம் சிந்திப்பதற்கு வழிவைத்தது. இக்கருத்தரங்கில் சற்று நெருடலான விசயமாக எனக்குப்பட்டது பற்றியும் வெளிப்படையாகச் சொல்லத்தான் வேண்டும். ஒவ்வொரு கட்டுரையும் முன்வைக்கப்பட்டவுடன் சில கேள்விகளுக்கு இடமளிக்கப்பட்டது. அப்போது பெரும் பான்மைக் கேள்விகள் கேட்டவர்கள் மலேசியத் தமிழர்கள். கட்டுரையின் மையத் தர்க்கத்தை அடிப்படையாய் வைத்துக் கேள்வி கேட்காமல், இன்னார் பெயரை ஏன் சேர்க்கவில்லை என்று கேட்டனர். சிலர் கேள்வி கேட்ட அவர்களின் பெயர் ஏன் குறிப்பிடப்படவில்லை என்றும் குற்றம் சாட்டினர். கட்டுரை எழுத எப்படிப் பயிற்சி வேண்டுமோ, அதுபோல் கேள்வி எப்படிக் கேட்கவேண்டும் என்பதற்கும் பயிற்சிவேண்டும். தமிழகப் பல்கலைக்கழகங்களின் கருத்தரங்குகளில் இவர்களைப் போல் யாரும் கேள்வி கேட்பதில்லை. அதுபோல் இருபதாம் நூற்றாண்டில் திராவிடப் பாரம்பரியத்தின் மூலம் வளர்ந்த சினிமாக் கலாச்சாரம் இதுபோன்ற அனைத்து உலகத் தமிழ்ச் சிந்தனை யாளர்கள் கூடுமிடத்தில் தவிர்க்கப்பட்டிருக்க வேண்டும். இந்தச் சினிமாக்காரர்கள் மற்ற எல்லோரும் கௌரவிக்கும் சிறப்புரைகள் தரும் போலித் தகுதியைப் பெற்றது ஒருவித நகைமுரணாக அமைந்தது. ஆட்களைக் கூட்டுவதற்குக் கலைநிகழ்ச்சிகள் நடத்தியிருக்கலாம்.

பொதுவாக, இந்த மாநாடு 21ஆம் நூற்றாண்டின் ஆரம்ப கட்டத்தில் தமிழினம் ஈழத்தில் சந்தித்த பேரழிவு உருவாக்கிய அதிர்ச்சியின் தொடர்நிகழ்வாய் நடந்தது என்று நான் காண்கிறேன். இந்த மாநாட்டுக்குத் தேர்ந்தெடுக்கப்பட்ட பொதுத்தலைப்புத்

தமிழர்களின் இலக்கிய உருவாக்கத்தின் வழி அவர்களின் வரலாற்றுப் பரிமாணங்களை அவதானிப்பதற்கு வகைசெய்வதால் மாநாட்டை நடத்த சிரமம் மேற்கொண்டவர்கள் பாராட்டுக் குரியவர்கள். எதிர்காலம் - தமிழர்கள் எந்த அளவு அதிகமாக அறிவு பெறுகிறார்களோ அந்த அளவு அதிகமாக வெற்றி பெறுவார்கள் என்று அறிவிப்புச் செய்யும் காலம். அதற்கு நாம் நம்மைத் தயார்படுத்த வேண்டும். அதற்கொரு தொடக்கம் இந்த அகில உலகத் தமிழ் எழுத்தாளர் மாநாடு.

12

இலக்கியம் என்றால் என்ன?

'இலக்கியம் என்றால் என்ன' என்பது ஒரு கேள்வி. பலர் இந்தக் கேள்விக்கு அவசியமே இல்லையே, பிறந்த குழந்தைக்குக் கூடப் பதில் தெரியுமே என்று நினைக்கிறார்கள்.

ஆனால் உண்மை என்ன என்றால் பல பெரிய படிப்பாளிகள் கூட இந்தக் கேள்விக்குப் பதில் தெரியாமல் விழி பிதுங்கினார்கள் என்பதுதான்.

ழான் பவுல் சார்த்தர் என்ற பிரஞ்சு தத்துவவாதி பற்றித் தமிழில் எண்பதுகளில் பலர் பேசினார்கள். இந்தத் தத்துவவாதி *இலக்கியம் என்றால் என்ன* என்ற தலைப்பில் ஒரு நூலே எழுதினார். இந்த நூலுக்குப் பிறகு வருவோம்.

இந்தக் கேள்வி பற்றித் தமிழில் எழுதிய பலரும் கட்டுரையோ நூலோ எழுதாவிட்டாலும் (அப்படி நான் நினைக்கிறேன்) எல்லாருக்கும் இலக்கியம் பற்றி ஒரு பார்வை இருந்தது. மௌனி, புதுமைப்பித்தன், கநாசு போன்ற தற்காலத்தவர்கள் மட்டுமல்ல, பழைய தமிழ் எழுத்தாளர்கள், இலக்கணக்காரர்கள் இவர்களுக்கும் ஒரு பார்வை இருந்தது. ஒவ்வொரு நாவலுக்கும், சீரிய கவிதைக்கும் நாடகம், சிறுகதைக்கும் பின்னால் ஓர் இலக்கியப் பார்வை இருந்தது. ஒரு கோட்பாடு (முழுமையாக இல்லாவிட்டாலும்) இருக்கத்தான் செய்தது.

நான் ஓர் இலக்கிய மாணவனாகத் தமிழ் முதுகலையில் சேர்ந்த காலகட்டத்தில்தான் வகுப்புக்கு வெளியே *எழுத்து* என்ற இதழ் அறிமுகமானது. தொடர்ந்து இந்த இதழைப் படிக்க விரும்பி அந்த இதழ் வந்த நூலகத்துக்குப் போக ஆரம்பித்தேன். எல்லாத் தமிழர் களும் இளங்கலையில் இரண்டு கவிதைகளைப் படித்தவுடன்

இலக்கியம் தனக்குத் தெரியும் என்று கருதுவார்கள். எழுத்து இதழைப் படிக்க ஆரம்பித்தபோது அதுவரை எனக்குத் தெரிந்தது இலக்கிய அறிவல்ல என்று தெரிந்தது. அதுவரை படித்தவை—திமுக, இடதுசாரிக் கவிதைகள், பாடத்தில் படித்த சிறுபாணாற்றுப் படை—தமிழர்களின் இலக்கியம் பற்றிய அறிவு பொதுப்புத்தி என்றும், பொதுப்புத்தி உண்மையில் இலக்கியம் என்றால் என்ன என்ற கேள்விக்குப் பதில் தராது என்றும் அறிந்தேன்.

அன்றிலிருந்து இலக்கியம் என்றால் என்ன என்ற கேள்வியோடு மல்லாட ஆரம்பித்தேன். முதுகலைப் படிப்பை 1968இல் முடித்த போது 1965வாக்கில் பரவலாக இருந்த திராவிட இலக்கிய அறிவு தவறானது என்ற எண்ணம் வலுவடைந்தது. அதன்பின்பு இடதுசாரி மனோநிலையும் இலக்கியமும் இணைந்து சென்றன. இலக்கியம் என்பது வறுமையைப் போக்கவேண்டும் என்ற எண்ணம் பலப்பட்டது. இலக்கியம் மார்க்சிய தத்துவத்தோடு பிணைந்தது என்ற கருத்தும் இருந்தது. இதனால் என் சிந்தனை வளர்ச்சிக்கு மிகுந்த லாபம் ஏற்பட்டது.

மார்க்சிய இலக்கியப் பார்வையில் பல போக்குகள் உள்ளன என்ற விசயம் இக்காலகட்டத்தில் எனக்குத் தெரிந்தது. இதில் எந்தப் பார்வையைப் பின்பற்றினால் தமிழுக்கும் தமிழில் புதிய புதிய வடிவத்திலும், உள்ளடக்கத்திலும் எழுதப்படும் இலக்கியத் துக்கும்—பிரயோசனம் உண்டு என்றும் யோசிக்க ஆரம்பித்தேன். நேரடியாக வறுமையையும் அதற்குக் காரணமாக முதலாளிகள், நிலப்பிரபுக்களையும் பற்றி பிரச்சாரம்போல் எழுதப்பட்டுக் கொண்டிருந்த தமிழ்ச்சூழலில் தவறு இருக்கிறது என்று உணர்ந்தேன்.

இதுதான் இலக்கியம் என்றால் என்ன என்ற கேள்வி ஆழமாய் மனதில் தோன்றிய சூழல். இது 1971இல் என் அனுபவமாய் ஏற்பட்டது.

திராவிடப் பாதிப்பால் தமிழ் முதுகலைப்பட்டம் படிக்கப்போன விஞ்ஞான பட்டதாரியான என்னைப் போன்றோர் தொல்காப் பியத்தில் வரும் 'வழக்கும் செய்யுளும்' என்ற சொற்றொடரில் உள்ளர்த்தமாய் இருந்த 'தற்கால இலக்கிய வழக்கு' என்ற அர்த்தம் புரியாமல் இருந்தோம். ஏனெனில் அன்று தற்கால இலக்கியம் பற்றிய பரபரப்பு தமிழ்த்துறைகளில் இல்லாமல் தற்கால அரசியல்

பற்றிய பரபரப்பாய் அது மாறியிருந்தது. அது புரிந்துகொள்ளப்பட வேண்டியது.

திராவிட இலக்கியம் என்ற பெயரில் கவர்ச்சியான மொழி நடையில் சமூகத்தின் உயர்வு தாழ்வு, மேல்சாதி-கீழ்சாதி வேறுபாடும், மூடநம்பிக்கை எதிர்ப்பும் மிகை எளிமைப்படுத்திப் பிரச்சாரம் செய்யப்பட்ட இலக்கியத்துக்கு (தமிழரசியலை) முன்வைத்தபடியே 'திராவிட' என்ற சொல்லை திமுக பயன்படுத்தியது. இது தமிழகத்தில் மக்களை வழிமாறி தடுமாற வைத்தது. நேர்மையான மனிதரான அண்ணாவால்கூட இந்தத் தவறைச் சரிசெய்யமுடியவில்லை. இது தமிழ் மக்களின் தீயூழ் என்றுதான் கூற வேண்டும். இக்கட்டத்தில் இலக்கிய சர்ச்சையில் ஒருவித மாடர்னிசம் மெதுவாய் தலைநீட்டியது. இதில் சம்ஸ்கிருத அழகியலும் எஃப். ஆர். லீவிஸின் ஆங்கில நாகரிகமும் இலக்கிய புது விழிப்புணர்வுப் பரவலும் எல்லாம் கலந்தன. கநாசு தொடர்ந்து இந்தக் கருத்துகளை முன்வைத்தார். சி. சு. செல்லப்பா, பிரிட்டிஷ் விமரிசகரான எஃப். ஆர். லீவிஸின் ஆங்கில வழிபாட்டை ஏற்கவில்லை. அவருடைய அனலிட்டிக்கல் முறை இலக்கியப் பாடநூல் அணுகலைத் திறமையாய் சி. சு. செல்லப்பா பின்பற்றினார்.

மார்க்சியம் இக்கட்டத்தில் இலங்கையில் கைலாசபதி, சிவத்தம்பி மூலம் கறாரான தத்துவப்பார்வையாய் பரவியது. தமிழ்த்துறைப் பேராசிரியர்கள் அசஞா, முவ போன்றோர் ஆழமில்லாப் பார்வைகளை முன்வைத்தனர். இந்த 1. அழகியல், 2. மார்க்சியம், 3. தமிழ்த்துறை ஆகிய மூன்றும் பெரும்பாலும் தமிழ் நூல்களை மையமிட்டே உருவாயின. எழுத்து பத்திரிகையை மிக முக்கியமான இலக்கிய இதழ் என்று கூறலாம். இதுதான் 1970வரை தமிழ்ச் சூழலில் நிலவிய இலக்கிய வரைபடம் என்றால் அதிகம் பிழை இருக்க முடியாது.

ஐம்பது, அறுபதுகளில், திராவிட நாவல், சினிமா, இலக்கியப் படைப்புகள் ஒவ்வொருவரும் கருதியமுறையில் எழுதியபோது அவர்களிடம் ஒருவித 19ஆம் நூற்றாண்டின் பிரிட்டிஷ் அனுபவவாதம் (எம்பிரிசிசம்) தத்துவமாய் அறிவியலை வலியுறுத்திப் பரவியது. இது கநாசு, ந. பிச்சமூர்த்தி, சி. சு. செல்லப்பாவிடம் (இந்த மூவரும்

பிராமணர்கள்) மறுப்பை எதிர்கொண்டது. இவ்வழியினர் காங்கிரஸ் தத்துவம், சம்ஸ்கிருதம், அழகியல், ஆன்மிகம், காந்தியம் என வலியுறுத்தினார்கள். ஒருவகை சாராம்சம் (எசென்ஸ்) சார்ந்த கருத்தைப் படைப்பிலும் கோட்பாட்டிலும் கடைப் பிடித்தார்கள். எனவே, மார்க்சியவாதி நா. வானமாமலையால் இவர்களின் தத்துவத்தையும் ஏற்க முடியவில்லை, இவர்கள் ஆதரித்த புதுக்கவிதையையும் ஏற்க இயலவில்லை. இன்னொரு விஷயம், உளவியல்வாதி ஃபிராய்டின் சிந்தனைகள். வானமாமலை ஏற்றிருந்த மார்க்சியத்தில் ஃப்ராய்டுக்கு இடமில்லை. இது அல்துஸ்ஸர் போன்ற பிரஞ்சு மார்க்சியரால் ஆதரிக்கப்பட வில்லை. *அமைப்பியல்* நூல் 1982இல் வெளிவந்த போது (ஸ்டரக்சுரலிசம் என்ற பெயரில் பாளையங் கோட்டை பாரிவேள் பதிப்பகம் வெளியிட்டது) முதன் முதலில் மார்க்சியர்கள் ஃப்ராய்ட் சிந்தனைகளை ஏற்கவேண்டும் என்ற வாதம் வெளிப்பட்டது. வெ. கிருஷ்ணமூர்த்தி என்ற நாவாவின் பின்பற்றாளர் பல குழுக்களை உருவாக்கி அல்துஸ்ஸரைத் தாக்கிப் பிரச்சாரம் செய்தார். திமுக 1967இல் ஆட்சிக்கு வந்ததும் தத்துவத்தில் அதன் பலம் அழிய ஆரம்பித்தது. இடதுசாரிகளும் அழகியல்வாதிகளும் இந்தக் கட்டத்தில் சிற்றிதழ்களை ஆக்கிரமித்தனர்.

திமுகவின் இலக்கியம் கேலிப்பொருளானது. ஆனால், தமிழ்த் துறைகளில் கேட்டுக்கொண்டிருந்த பழந்தமிழ் அடையாளம், மரபு போன்ற வலியுறுத்தல்கள் இல்லாமலாயின. மரபுத் தமிழாசிரியர்கள் மத்தியில் வானம்பாடி என்ற புதுமைக்கும் மரபுக்கும் நடுவில் பயணம் செய்யும் ஒருவித வசனத்தன்மை கொண்ட கவிதை அப்போது முக்கியமாகி விரைவிலேயே மதிப்பிழந்தது. சி. மணியின் சங்க இலக்கிய அழுத்தம் கொண்ட புதுக்கவிதை, பௌத்த தத்துவத்தை முன்வைத்துத் தனிப்பாதை ஒன்றை உருவாக்கியது. ஞானக்கூத்தனும் மரபுக்கவிதையின் சந்தத்தின் வழியே பழமையையும் புதுமையையும் எதிர்பாரா வேறு கோணத்தில் முன்வைத்தது பலரைக் கவர்ந்தது அன்று.

இந்தக் கட்டத்தில் கநாசு, நபி, சிசுசெ வழி ஆதரவுபெற்ற ஆன்மிகப் பார்வை, சாராம்ச வாழ்வுப் பார்வை வழி எஸ். வி. ராஜதுரை மூலம் சார்த்தர் என்ற பிரஞ்சு தத்துவவாதியும் பிற எக்ஸிஸ்டென்ஷியல் தத்துவ மரபினரும் தமிழுக்கு மிகவும்

ஆற்றலோடு அறிமுகப்படுத்தப்பட்டதைக் குறிப்பிட்டே ஆக வேண்டும். நாவா வழியாக வந்த அறிவியல் சார்ந்த, புறவய (ஆப்ஜெக்டிவ்) தத்துவம், எஸ்.வி. ராஜதுரையிடம் அகவய (சப்ஜெக்டிவ்) தத்துவமாய் இருத்தலியல் வாதம், அந்நியமாதல், மார்க்சியம் என்றெல்லாம் புதுப்பாதை உருவாகிறது. கநாசு, நபி, சிசுசெ போன்றோர் மூலம் செயல்பட்ட சாராம்சவாதம் எஸ்.வி. ராஜதுரையிடம் விரிவும் ஆழமும் பெற்று அகமுக மார்க்சியமாய் தமிழில் பரவியது. இதற்கு க்ரியா பதிப்பகமும் ஆதரவு கொடுத்தது.

அதாவது இலக்கியம் என்பது சமூகத்துக்கும் (உலகியல்) எழுத்துக்கும் அல்லது வெளிப்படுத்துவதற்கும் (நாடகம் என்பார் தொல்காப்பியர்) ஒரு பாலம் என்ற பழந் தமிழர்களின் பார்வை தொடர்கிறது. இது சுமார் 50 ஆண்டுகளாய் மார்க்சியம், சம்ஸ்கிருத இலக்கியப்பார்வை, எக்ஸிஸ்டென்ஷியலிசம், தமிழ்ப் பழம்பார்வை என்றெல்லாம் பெயர் மாறி மாறி வந்தாலும் எல்லாவற்றுக்கும் அடிப்படையாய் உலகம்/வெளிப்படல் என்று இரு அச்சாணிகள் மீதே இயங்குகிறது. இதனை அகில உலக மார்க்சியம், சமூகம் என்றும் இலக்கியத்துவம் (அழகியல்) என்றும் வேறு சொற்கள் கொடுத்து அழைத்தது. மொத்தத்தில் வெறும் கற்பனையே போதும் என்று யாரும் தமிழில் வாதிட வில்லை. சமூகமும் இலக்கியமும், சாராம்சமும் இலக்கியமும், உணர்வும் அதை வெளிப்படுத்தும் இலக்கியமும் என்று இலக்கியத்துக்கும் அதுபோல் இன்னொரு, உள்ளே இருக்கும் அர்த்தத்துக்கும் எப்போதும் தொடர்பு உள்ளது என்ற பார்வையே பொதுவாய் தமிழிலில் இருந்து வந்திருக்கிறது.

ஒரு வகையில் இந்தப் பொது அபிப்பிராயத்தைத் தாண்ட வேண்டிய கட்டாயமும் நமக்கு உண்டு. நவீன இலக்கியம் 20ஆம் நூற்றாண்டின் 30களிலிருந்து செய்முறையாய் தீவிர நிலையை எட்டுகிறது. மணிக்கொடி எழுத்தாளர்கள் என்று அழைக்கப்பட்ட சிறுகதை ஆசிரியர்கள் மௌனி, புதுமைப்பித்தன், கு.ப.ரா. இந்த மூன்று பேரும் எழுத்தில் ஈடுபட்டுச் செய்முறையில் இலக்கியத்தைப் பற்றிய பேச்சைத் தீவிரப்படுத்தினார்கள். ஆனால், இந்த மூன்று பேரையும் பற்றிப் பேசக்கூடிய 'கோட்பாடு' தமிழ்ச் சமூகத்தில் தோன்றவில்லை. 1959இல் தோன்றிய எழுத்து இதழிலும் கநாசுவின் 'இலக்கிய வெளிவட்டத்திலும்' 'இலக்கியக் கோட்பாடு'

இலக்கியம் என்றால் என்ன? ✦ 99

பற்றிய பேச்சு காணப்படுகிறது. திமுகவிலும் தமிழ்த்துறை களிலும் இந்தப் பேச்சு காணப்படவில்லை. தமிழ் இலக்கியத்தைக் கற்பித்து மாதச் சம்பளம் வாங்கிய தமிழ்த் துறையினர் தற்கால இலக்கியத்தைப் பொருட்படுத்தாததால் தான் இந்தத் தவறு நடந்தது. பிற இந்திய மொழிகளில் இந்தத் தவறு நடக்கவில்லை. மார்க்சியவாதிகள் இந்தக் கட்டத்தில் விழித்துக் கொண்டார்கள். ஈழத்திலிருந்து கைலாசபதி, சிவத்தம்பி போன்றோரும் வேறு சிலரும் மார்க்சிய இலக்கியக் கோட்பாடாக இலக்கியம் மூலம் வெளிப்படும் சமூகம், பொருளாதாரம், வரலாறு பற்றிய பேச்சைத் தொடங்கி வைத்தனர். கநாசு, சிசுசெவின் இலக்கியக் கோட்பாட்டில் உணர்வு, ஆன்மபலம், மனிதனுக்கு அப்பாலுள்ள மாயை சார்ந்த எண்ணங்கள் போன்றன வலியுறுத்தப்பட்டன. மார்க்சியம் இதற்கு எதிர்நிலையில் பொருள்சார்ந்த உலகை வலியுறுத்தியது. பொருளால்தான் உலகமும் சமூகமும் வரலாறும் இலக்கியமும் தீர்மானிக்கப்படுகின்றன என்றது.

இது பின்னாளில் எழுபதுகளில், அகமுகத் தேடலாகவும் புறமுகத் தேடலாகவும் கிளை பிரிந்தன. இலக்கியம் எந்த அளவு தத்துவம், சிந்தனை, தேடல் போன்றன சார்ந்தும் வெளியிலிருந்து வரும் சிந்தனை, அதுபோல் நமக்குள்ளிருக்கும் சிந்தனை முதலியன சார்ந்தும் இயங்குகிறது என்பது இப்போது வாசகர் களுக்குப் புரியும். இதுதான் எண்பதுகள் வரை தமிழில் நடந்த சிந்தனையின் சரித்திரம். திராவிட அரசியலும், பாரதிதாசன் போன்ற ஒரு கவிஞரின் தோற்றமும் இந்திய இலக்கியத்தில் புதுமையான விஷயமாகும். இது தமிழில் சரியாய் கோட்பாடாக்கப் படவில்லை. தமிழ் விமரிசனத்தில் இந்தச் சிந்தனைக்கு வலிமை யில்லை. திமுகவின் கவிஞர் என்ற லேபல் ஒட்டப்பட்டுப் பாரதி தாசன் ஒதுக்கப்படுகிறார். திராவிட கழகம் போன்ற இயக்கங் களுக்கும் ஆழ்ந்த சிந்தனை சார்ந்த அரங்கில் செயல்படத் தெரிய வில்லை. மெதுமெதுவாய் திராவிட எழுத்து மறைகிறது. எழுபது களும் எண்பதுகளும் இந்தப் பெரிய சுழலில் வைக்கப்படுகின்றன. இதுதான் தமிழிலக்கிய வரலாற்றின் போக்கு. இதைத் தவிர ஏதுமில்லை.

எண்பதுகளையும் எழுபதுகளையும் மையமிட்டு அடுத்த சுழற்சி ஏற்படுகிறது. சமூகத்தில் அதுவரையிருந்த பிராமண உணர்வு,

இலக்கியத்தில் மெதுமெதுவாய் கேள்விக்குள்ளாக்கப்படவும், மறையவும் தொடங்குகிறது. இங்குதான் பெரியார் தமிழகத்தில் ஈடிணையற்ற அறிவுஜீவியாய் உயர்கிறார். உலக அரங்கில் என்ன நடந்தது? அகில உலக அரங்கிலும் இந்தியாவின் பிறமொழிகளிலும் (மிகவும் அரிதாகவே) 'இலக்கியம் என்றால் என்ன?' என்ற கேள்வி கேட்கப்படும்போது ழான் பவுல் சார்த்தரின் சிந்தனைகள் தோன்றுகின்றன. இவை எஃப்.ஆர். லீவிஸின் இலக்கியச் சிந்தனைகள் இருந்த இடத்தில் மடை மாற்றித் தோன்றுகின்றன. *படிகளில்* 80களில் வந்த சார்த்தரின் இலக்கியம் பற்றிய தீவிரமான ஒரு கட்டுரை இக்கால கட்டத்தில் பலர் கவனத்தைக் கவர்கிறது. எஸ்.வி. ராஜதுரையின் நூல்களில் இல்லாத வலியுறுத்தல் இது. இவருக்குத் தத்துவத்தை அறிமுகம் செய்யும் அளவு ஈடுபாடு இலக்கியத்தில் இல்லையோ என்று கேட்குமளவு சார்த்தரின் இலக்கியத் தத்துவம் இவரால் தமிழில் அன்று அறிமுகமாகவில்லை. *படிகள்* சார்த்தரின் இலக்கியத் தத்துவத்தில் தொடர்ந்து கவனம் செலுத்தவில்லை. எமர்ஜென்ஸி வந்ததால் ஒரு தீவிர மனோநிலை மட்டும் எல்லோரிடமும் காணப்பட்டது அன்று. *பிரக்ஞை* என்ற பத்திரிகை இந்த மன நிலையை வளர்த்தது.

இங்கு ஓரளவு சார்த்தரின் 'இலக்கியம் என்றால் என்ன?' என்ற கட்டுரையின் முக்கியமான கருத்துகளைக் கூறிச் செல்லலாம்.

சார்த்தர், பிரக்ஞையை, பிற இருத்தலியல்வாதிகளைப் போல வலியுறுத்தினார். இது ஹெகலின் 'உலகலாவிய ஆன்மா' (*யுனிவர்சல் ஸ்பிரிட்*) என்ற கூற்றின் தொடர்ச்சியான ஒரு தத்துவப் பேரியக்கம் (சமீபத்தில் மெய்யியல் என்ற சொல்லைச் சிலர் மோசடித்தனமாகத் தத்துவத்துக்குப் பயன்படுத்தி பல ரஷ்ய நூல்கள் மூலம் தமிழில் பரவிய தத்துவம் என்ற சொல்லையும் தத்துவ மனோநிலையையும் வெற்றிகரமாக முறியடித்து வருகின்றனர். கவனிக்க: ராஜதுரை நூல்களில் அன்று தத்துவம் என்ற சொல்லே பயன்படுத்தப் பட்டது) ஆகும். சார்த்தர் இலக்கியம், அது வெளிப்படுத்தும் அர்த்தம் சார்ந்ததே என்ற ஓர் அழுத்தத்தை உலக இலக்கிய சர்ச்சையில் கொண்டுவந்தார். அதுபோல் சிந்தனைக்கும் செயலுக்கும் உள்ள உறவை சார்த்தர் முன்வைத்தார். இலக்கியம் செயலோடு (*கமிட்மெண்ட்*) தொடர்புடையது என்று விவாதித்தவர்

களுக்கு இப்படித் தத்துவம் மூலமாக ஓர் அடிப்படையை ஏற்படுத்தினார். இலக்கியம் படைப்பாளியைச் சார்ந்தது என்ற கருத்தை மிகவும் அழுத்திக் கூறினார். அத்துடன் சார்த்தர் இலக்கியத்தின் மனத்தைத் தொடும் 'உணர்ச்சி தாக்குதல்' (அஃபக்டிவ்) என்ற அம்சத்தைப் பற்றிப் பேசவில்லை என்பதையும் கூற வேண்டும். அதைப்பு என்ற புறமையான—பிரதிக்கும் வாசகனுக்கும் நடுவில் வந்து ஒன்றை உற்பத்தி செய்யும் மனப் பான்மை, பின்னர் அமைப்பியலில் இனங்காணப்பட்டது.

இத்துடன் சார்த்தரின் காலகட்டம் முடிவுக்கு வருகிறது. அமைப்பியல் பிரான்சில் புயல்வேகத்தில் பரவுகிறது. ஆனால், சார்த்தர் கருத்துகளும் அமைப்பியல் கருத்துகளும் தமிழகத்தில் ஒரே காலகட்டத்தில் அறிமுகமாயின. அல்துஸ்ஸரின் கருத்துகள் விரிவாய் *ஸ்ட்ரக்சுரலிசம்* என்ற நூலில் தமிழகத்துக்கு அறிமுக மாயின. *ஸ்ட்ரக்சுரலிசம்* என்ற அமைப்பியல் 1990வாக்கில் பழந்தமிழ் இலக்கணம் இலக்கியம் என்று பரவ, சிவசுவின் 'மேலும்' என்ற காலாண்டிதழ் உதவுகிறது. தமிழில் பெர்தினெந்த் தெ சசூர், க்ளாத் லெவிஸ்ட்ராஸ், ரோலான்பார்த் போன்ற பெயர்களும் அவர்களின் இலக்கியச் சர்ச்சைகளும் அறிமுகமாகி, தமிழ் ஓர் அனைத்துலகச் சொல்லாடலை நடத்தும் மொழியாய் பரிமாணம் பெறுகிறது. பழந்தமிழ் ஆய்வு, ஏற்கனவே, பாரதிதாசன் வழியாக 20ஆம் நூற்றாண்டின் படைப்பெழுத்தில் பரவியிருந்த அறிவுத்தளம் இப்போது விரிவடைகிறது. தமிழ் அறிவுலகில் கோலோச்சிய பிராமணியம் இதனைப் பார்த்து மிரண்டது. தமிழ் அரங்கிலிருந்து தன்னை வெளியேற்றுவது கண்டு பயந்தது. அமைப்பியல் சார்த்தரின் எழுத்தாளனை முதன்மைப்படுத்திய கோட்பாட்டைத் தகர்த்தது.

அமைப்பியல்வாதியாகத் தொடங்கிப் பின்அமைப்பியல் வாதியாக வளர்ந்த ரோலான்பார்த் என்ற பிரான்ஸ் நாட்டு இலக்கியப் பேராசிரியரின் உலகக் கவனத்தைக் கவர்ந்த *ஸீரோ டிகிரி எழுத்து* என்ற சிறுநூல் பற்றித் தமிழில் பேசப்பட்டது. அந்த நூலின் புரட்சிகரமான கருத்துகள் 80களில் தமிழில் முன்வைக்கப் பட்டன. சம்ஸ்கிருத அழகியலும் படைப்பாளியை முன்வைத்தது. எஃப்.ஆர். லீவிஸ் வழிவந்த ஆங்கில விமரிசனமும் படைப் பாளியை முன்வைத்தது; சார்த்தரின் விமரிசனமும் படைப்

பாளியை முன்வைத்து நூலின் அர்த்தம் படைப்பாளியினுடையது என்று வாதாடியது. இந்த உடைமைப் பார்வையை முதன்முதலில் பிரான்ஸ் நாட்டு இலக்கியப் பேராசிரியரின் விவாதங்கள் நிராகரித்தன. படைப்பு, மொழியால் ஆனது; மொழி, படைப் பாளிக்கும் முன்பே இருப்பதாகும். படைப்பாளி, தன்னை மொழிக்குள் திணிக்கமுடியாது. மொழியின் சுத்தத்தன்மையைப் படைப்பாளி நடுவில் புகுந்து கெடுப்பதே ‘கமிட்டட்’ எழுத்து; எழுத்தில் மட்டுமே புரட்சி சாத்தியமில்லை.

ஏனெனில் சமூகத்தின், வரலாற்றின் சொத்து, எழுத்தும் அதன் மொழியும்; மொழியை அதன் ஸீரோ டிகிரி விழுமியத்தில் வைப்பதே இலக்கியத்தை நேர்மையான செயல்பாடாகக் காட்டும்; இப்படியெல்லாம் புதியமுறையில் விவாதித்தார் பார்த். இது யாரும் எதிர்பாராத ஒரு தர்க்கம். தமிழ் இலக்கியத்தில் முற்போக்கு—பிற்போக்கு என்ற செய்தி பற்றிய (மெஸேஜ்) விவாதம் இத்துடன் முடிவுக்கு வந்தது. பார்த்திடம் முனைவர் பட்ட ஆய்வுக்கு வந்து சேர்ந்த யூலியா கிறிஸ்தவா என்ற பெண்மணி இந்த விவாதத்தைத் தொடர்ந்து ஊடுபிரதித்தனமை (இண்டர் டெக்ஸ்ட்வாலிடி)என்ற கருத்தாக்கத்தை வளர்த்துப் பலரை வியக்கவைத்தபோது பார்த்தை யாரும் எதிர்க்க முன்வர வில்லை. ஏனெனில், ஒவ்வொரு படைப்பும் இன்னொரு படைப்பின் தொடர்ச்சியே என்ற உண்மையை யாராலும் மறுக்க முடிய வில்லை.

அமைப்பியலின் தர்க்கங்கள் அறிவியலில் இருந்து தர்க்கங் களைக் கொண்டு வந்தன. உளவியலும் மரபும் பொதுப்புத்தியும் பின்வாங்க, அறிவியல் விழுமியங்கள் இலக்கிய விவாதத்தில் வெற்றிபெற்றன. பிரான்ஸ் அமைப்பியலைக் கண்டுபிடித்த போது உலகமெங்கும் அதிர்வலைகள் பரவும் என்று யாரும் நினைக்க வில்லை.

இத்துடன் தமிழில் சனாதனக் கும்பல், சாதி மேம்பாட்டை அடிப்படையாய் வைத்துக் கட்டியெழுப்பிய இலக்கிய மாட மாளிகை சரிந்தது.

இந்தக் கட்டத்தில் தமிழுக்கும் மேற்கத்திய பின்னணியிலிருந்து வந்த பல சிந்தனைகளுக்கும் ஓர் உறவு ஏற்பட்டதை நாம்

மறக்கக்கூடாது. அந்தச் சிந்தனைகள் தமிழில் எழுதப்பட்ட படைப்பு இலக்கியத்தைப் பாதித்தன. அந்தப் படைப்பு இலக்கியம் அந்த மொழியின் பழைய இலக்கிய மரபின் தொடர்ச்சியாகவும் அடுத்ததாக, அம்மொழியில் எதிர்காலத்தில் எழுதப்படப்போகிற படைப்பு இலக்கியக் களத்தை ஊக்கப்படுத்தும் தரவாகவும் அமைகிறது. எனவே, மேற்கத்தியப் பார்வையும், கிழக்கத்திய விழுமியங்கள் நிறைந்த புதுப்பிரதியின் உருவாக்கமும் பின்னிப் பிணைந்து உயிருள்ள சங்கமம் நடக்கிறது. கிழக்கத்திய அல்லது இந்தியாவின் பிராந்திய மொழிகளுக்குள் வந்துசேரும் அனைத்துலகவாதம் (இண்டர்நேசனலிசம்) ஓர் ஆழமான கலாச்சார மயமாக்கம்.

இந்தியாவில்/கிழக்கத்திய சமூகங்களில் (ஜப்பான், சீனா, மலேசியா எந்தப் பண்பாடாக இருந்தாலும்) தற்கால இலக்கியப் படைப்பு, தாக்கம், பரவல், படிப்பு என்பது வெறும் இலக்கியம் சார்ந்த செயல்பாடு மட்டுமல்ல. தற்கால கிழக்கத்திய இலக்கியம் என்பது தேங்கிக் கிடந்த (மார்க்ஸின் இந்தியவியல் பார்வைகளை நம்புவதாக இருந்தால்) சமூகத்தின் விழிப்புப் பற்றிய செயல் பாடாகும். இந்திய/கிழக்கத்திய இலக்கியத்தை மேற்கத்திய மொழிகளில் மொழிபெயர்ப்புச் செய்பவர்கள் ஒரு பிரதியை இன்னொரு மொழியில் பகிர்தல் செய்கிறார்கள் என்பது தவறாகும். அப்படி அல்ல விஷயம். ஒரு நாவல் கன்னட மொழியிலோ, இந்தியிலோ, தமிழிலோ, சிங்கள மொழியிலோ, மலாய், சீனம், ஜப்பானிய மொழியிலோ புதிதாய் எழுதப்படும் போது அந்தந்த மொழியின் பன்னூறு ஆண்டுகால வேர்கள் அசைக்கப்படுகின்றன. அதனால்தான் இந்த மொழி எழுத்தாளர்கள் மேற்கத்திய நவீன இலக்கிய எழுத்தாளர்களைப் போல் வெறும் இலக்கியப் படைப்பாளிகளாய் மட்டும் நிற்பதில்லை. சமீபத்தில் நோபல் பரிசு பெற்ற சீன எழுத்தாளர் மோயான், நவீன இலக்கியம் மூலம் ஒரு பழைய நாகரிகத்தைப் பேச வைக்கிறார். தாகூரும் கிழக்கத்திய நாகரிகத்தை வாய்திறந்து பேசவைத்தார். பாரதியும் பாரதிதாசனும் செய்வதும் அதுதான்.

தமிழில் வந்த மேற்கத்தியர்களின் தத்துவமும் (மார்க்சியம் சார்ந்து) பொருள்முதல்வாதம், எக்ஸிஸ்டென்ஷியலிசம், அமைப்பியல் வாதம், பிராய்டியனிசம் என எதுவாக இருந்தாலும் அது தமிழின்

பழைய சரித்திரத்தோடு ஓர் உரையாடல் நடத்துகிறது என்பது தான் உண்மை.

இப்போது வாசகர்களுக்குத் தெரியும் தமிழகம் அல்லது கிழக்கத்திய சமூகம் மேற்கோ, வானமோ, பாதாளமோ எங்கிருந்து வரும் கருத்தையும் அப்படியே ஏற்காது என்பது. தனக்கேற்ற விதமாக மாற்றியும், வளைத்தும் தேவையில்லை எனில் நிராகரித்தும் எதிர்வினை ஆற்றுகிறது.

எனவே, இலக்கியக் களத்திலும் மேற்கின் கருத்து அப்படியே ஏற்கப்படவில்லை. புதுக்கவிதை தமிழில் வந்தபோதே, நாவல், சிறுகதை வந்தபோதே, கோட்பாடு வந்துவிட்டது. விமரிசனம் என்றாலே ஏதோ ஒருவித கோட்பாட்டைத்தான் பேசுகிறோம். கடந்த நூற்றாண்டின் அறுபதுகளிலிருந்து கோட்பாடு தீவிரமாய் வந்துவிட்டது. முற்போக்கு என்றும் பகுத்தறிவு என்றும் எக்ஸிஸ்டென்ஷியலிசம், அமைப்பியல், பின்அமைப்பியல், மாயஎதார்த்தம், பின்நவீனத்துவம்—எல்லாம் கோட்பாடு சார்ந்து உருவாயின. இலக்கியம் என்றால் என்ன என்ற கேள்விக்கான பதில் அதுதான்.

தமிழும் உலகப் போக்குகளிலிருந்து ஒதுங்கிவிடாமல் அப்போக்குச் சிந்தனைகளோடு ஒட்டியும் உரசியும் மறுதலித்தும் வளர்ந்தது என்பதைச் சரித்திரம் சொல்கிறது. இலக்கியம் என்றால் என்ன என்ற தமிழனின் கேள்விக்கான பதிலை இப்படித்தான் தேட வேண்டும்.

- சிற்றேடு, ஜனவரி, 2015.

13

நோம் சாம்ஸ்கி மொழியியல் சிந்தனையும் அரசியலும்

எனக்குத் தெரிந்த அளவில் தமிழக இடதுசாரிகளிடம் சாம்ஸ்கியின் பெயர் அடிபட ஆரம்பித்தது எழுபதுகளில். ஆனால் என் போன்ற இளம்வயதினர் சாம்ஸ்கியின் சிந்தனைகளுக்குக் கொடுத்திருக்க வேண்டிய முக்கியத்தை ஆரம்பத்தில் கொடுக்கவில்லை. மொழியியல்வாதியாகவே அவரைத் தமிழ்மொழி அப்போது பிரச்சாரப்படுத்தியது. பல மொழியியல் துறைசார்ந்த இடதுசாரி நண்பர்களும்கூட அவரைக் கல்வித்துறை மொழியியல்காரர் என்றே முன்வைத்தனர். அதற்குத் தமிழகத்தில் இடதுசாரித் தனம் கல்வித்துறையில் ஏற்கப்படாததும் காரணமாக இருக்கலாம். அன்றைய நாள்களில் இடதுசாரிகள் இவரை முக்கியமான சிந்தனையாளராக கருதவில்லை என்பதை யோசிப்பதும் இந்தக் கட்டுரையின் நோக்கங்களில் ஒன்று.

இந்தியாவின் ஒவ்வொரு மொழியும் அவற்றிற்கேயுரிய சிந்தனைகளின் அமைப்பைக் கொண்டிருக்கின்றன. தமிழின் சிந்தனை, பக்கத்தில் இருக்கும் அதே குடும்பத்திலிருந்து வந்த கன்னடத்தில் காணப்படாது. அனைத்திந்திய அளவில் ஆங்கிலத்தின் மூலம் பகிரப்படும் மிகச் சில சிந்தனைகளின் பிசிர் அடிப்பதைத் தவிர, நம் மொழிகளுக்குள் ஊறிக்கிடக்கும் மூலச்சிந்தனைகள் பற்றி மொழிகளுக்கு அப்பால் விவாதமோ, அறிமுகமோ இல்லை. தமிழில் உள்ள விமரிசனம் பற்றி கன்னடத்தில் தெரியாது. கன்னடத்தில் உள்ள விமரிசனம் அல்லது விமரிசகர் பற்றியும் அவர்களின் உலக நோக்கு பற்றியும் தமிழில் தெரியாது.

மறைந்த கன்னட ஆளுமையான கே.வி.சுப்பண்ணா தமிழுக்கு ஏன் ஒரு தனித் தன்மை இருக்கிறது என்று இப்படி விளக்குகிறார்: 'தமிழ் தன் எல்லையாக மூன்று முனைகளிலும் கடலையும் வடக்கில் காவேரியையும் கொண்டிருக்கிறது. தமிழர்கள் ஒரு தீவு போல் பிறர் ஆக்கிரமிப்புகளையும் தாக்கங்களையும் தாண்டி தம் பண்பாட்டில் வேர்விட்டு வாழ்கிறார்கள்' (*டெக்கன் ஹெரால்ட்*, 2001, நவம்பர் 4.) இந்த எண்ணத்தை விரிவாக்கி, பிறமொழிகளின் தனிப்பண்புகளையும் விளக்கமுடியும் என்பது என் நிலைப்பாடு. பல காரணங்களால் ஒவ்வொரு மொழியின் மொழியியல் தனிப்பண்பும் சாம்ஸ்கியை எப்படி எதிர்கொள்ளப் போகிறது என்று பார்ப்பது இக்கட்டுரையின் இரண்டாம் நோக்கம்.

அறுபதுகளின் இறுதிப் பகுதியில் தமிழ்த்துறைகளில் இருந்த மொழியியல் நோக்குள்ள ஆய்வாளர், மாணவர்கள் மூலம் எனக்கு மொழியியல் அறிவு ஏற்பட்டது. அந்த நாள்களில் மொழியியல் புதியபோக்கு *டிரான்ஸ்பர்மேஷன் கிராமர்* (மாற்றிலக்கணம்) என்று நான் அறியும்படி பேசப்பட்டது. அதுவரை வர்ணனை மொழியியல் (*டெஸ்கிரிப்டிவ் மொழியியல்*) மட்டும் பேசப் பட்டது.

நான் வந்த கன்யாகுமரி மாவட்டத்தைச் சேர்ந்த பேரா. அகஸ்தியலிங்கம் (பின்னர் இவர் தமிழ்ப்பல்கலை. துணை வேந்தரானார்) சாம்ஸ்கியின் *ஸின்டாக்டிக் ஸ்டரக்சர்* என்ற நூலையும் *ஆஸ்பெக்ட்ஸ் அப் தி தியரி ஆப் ஸின்டாக்ஸ்* என்ற நூலையும் பயன்படுத்தி அமெரிக்காவின் ஒரு பல்கலைக் கழகத்துக்கு தன் முனைவர்பட்ட ஆய்வைச் சமர்ப்பித்தார்.

மொழியியல் சிந்தாந்தியாக சாம்ஸ்கி தமிழில் அறிமுகமானது இப்படி. சாம்ஸ்கியின் அரசியல் சிந்தனைகள் வேறுவழியில் வந்தன. அது எழுபதுகளின் ஆரம்ப காலம். மேற்கு வங்காளத்தில் நக்ஸல்பாரி இயக்கம் பரவியது. 1965 தமிழகத்தில் இந்தியை எதிர்த்து அரசியல் எழுச்சி தோன்றியது. மார்க்சியம் பரவியது. பெரியார் கருத்துகள் பரவலாகின. இப்படிப் பல கருத்துகளை இளைஞர்களாகிய நாங்கள் எதிர்கொண்டோம். முதலில் சர்ச்சிக்காத சாம்ஸ்கியின் அரசியலைப் பற்றி மொழியியல் படித்து பல இடங்களுக்குப் பரவியவர்கள் பேசினார்கள். இங்கும்

சாம்ஸ்கியை மார்க்சியம் தந்த மனநோக்கின் வழி பார்த்தார்களே ஒழிய அவருடைய உலக அரசியல் மீதான கருத்துகளின் மூலஆற்றல் எங்கிருந்து வருகிறது என யாரும் பார்க்கவில்லை.

இப்படி சாம்ஸ்கியின் தனிமொழியியல் என்றோ, அதனோடு தொடர்பில்லாத தனி அரசியல் கருத்துகள் என்றோ, தமிழில் பார்த்தனர் அன்று. இந்தப் பின்னணியில் நான் தொடக்கத்தில் எழுப்பிய கேள்விகளுக்கு மீண்டும் வருகிறேன். மூன்றாம் உலக அரசியலை முக்கியமாக சிந்திக்கும் சாம்ஸ்கியின் கருத்துகள் அதே மூன்றாம் உலக மொழிகளில் முழுமையாய்த் தாக்கம் செலுத்தாதது ஏன்? அதுபோல் மொழியியல் என்பது ஒரு கல்வியொழுக்கமாக மட்டும் இயற்பியல் போலவோ, விலங்கியல் போலவோ, வந்து அறிமுகமானது ஏன்? இப்படிப் பார்க்கையில் எனக்கு இரண்டு விடைகள் கிடைக்கின்றன.

இடதுசாரிகளிடம் மார்க்சியம் மட்டுமே முக்கியமான தத்துவமாக இருந்தது. அதனால் அவர்களுக்கு மார்க்சியத்தின் பொருள்முதல்வாதம் தவிர்க்கமுடியாதது. ஆனால் சாம்ஸ்கிய மூலச்சிந்தனை மனதை அடிப்படையாகக் கொண்டது. எனவே சாம்ஸ்கியைப் பொருள்முதல்வாதியாகப் பார்க்க முடியவில்லை (பொருள்முதல்வாதம் பொருளை முதலாக வைத்துப் பொருளில் இருந்து கருத்துப் பிறக்கிறது என்று கூறியது). இது ஒரு காரணம். அடுத்த இரண்டாவது காரணம் ஒன்றும் இருக்கிறது. இது மிக முக்கியமானது. சாம்ஸ்கியின் அரசியல் சிந்தனைகளுக்கும் மொழியியல் சிந்தனைகளுக்கும் தொடர்ச்சியில்லை. மொழியியல் அவரது அரசியல் சிந்தனைக்குக் காரணம் அல்ல. இரண்டு பாதைகள்.

சாம்ஸ்கியின் மொழியியல் சிந்தனைகளுக்கும் அரசியல் சிந்தனைகளுக்கும் கீழே அடித்தளத்தில் ஓடும் தத்துவ ஊற்றைக் கண்டுபிடிக்க வேண்டும். அப்படிப் பார்த்தால் 'அதிகாரம்', 'தனிமனித சுதந்திர உணர்வு', 'மனம்' பற்றிய அவரின் சிந்தனைகளின் நிஜத்தன்மையை அறிவோம். இவை சாம்ஸ்கிக்கு மனித குலத்தின் அடிப்படையான குணங்கள். இந்த விஷயங் களை விளக்குவதற்கு முயற்சி செய்யலாம் என யோசிக்கிறேன்.

உலகில் ஏழ்மை இருக்கும்வரை மார்க்சியம் உயிருடன் இருக்கும் என்கிறார் பிரான்ஸ் நாட்டின் தத்துவவாதியும் நாவல், நாடக ஆசிரியருமான சார்த்தர். இந்தக் கூற்று, ஏழை நாடுகளின்

இடதுசாரிகளுக்கு மிகவும் பிரியமானது. சாம்ஸ்கி அன்றைய ருஷ்யாவில் பயன்படுத்தப்பட்ட மார்க்சியக் கோட்பாட்டையும் லெனின்வாதத்தையும் விமரிசித்தது இடதுசாரிகளுக்குப் பிடிக்க வில்லை.

சாம்ஸ்கி, தன்னை ஒரு 'அனார்க்கிஸ்ட்' என்று அழைத்துக் கொள்கிறார். அனார்க்கிஸ்ட் என்றால் அதிகாரங்களைக் கொண்ட அரசை ஏற்காதவர் என்று பொருள். அதிகாரச் சேமிப்புக் கிடங்கு களான அரசு எந்திரம், அதிகாரத்தில் மிதக்கும் அதிகாரி வர்க்கம் போன்றவற்றை அனார்க்கிஸ்டு தத்துவவாதி வெறுக்கிறான். தேசங்களின் எல்லைகளை அனார்க்கிஸ்டுகள் ஏற்பதில்லை. எந்தக் கருத்துத் தொகுப்பையும் சாம்ஸ்கி தன் சிந்தனைக்கியைய ஆலோசிக்காமல் ஒப்புக்கொள்ளுவதில்லை. எல்லோரும் ஏற்கிறார்களே என்று அவர் ஒப்புவதில்லை. தீர சிந்திக்க வேண்டும் என்பவர். அவரைப் போன்ற சிந்தனை உள்ள ஆஸ்டிரேலியாவின் அனார்க்கிஸ்டுகளின் சபையில் உரையாற்றிய சாம்ஸ்கி, தேசத்துக்கு எல்லைகள் வேண்டுமென்கிறார். சுதந்திரமும் வாழ்வும் சாம்ஸ்கிக்கு முக்கியமே ஒழிய சித்தாந்தம் அல்ல. எப்போது சித்தாந்தம் அல்லது கருத்து நம்மைத் தளைப்படுத்து கிறதோ அப்போது அவற்றை மீறும் சுதந்திரமும் தைரியமும் நமக்கு வேண்டும் என்பது சாம்ஸ்கி கருத்து.

சிந்தனைத் தொகுப்புகள் நம்மைத் தளைப்படுத்தும்போது அவை நம்மை ஒற்றை முகம் கொண்டு செயல்படும் வெறியர் களாக்குகிறது. வேறு கருத்துகள் உள்ளன என்று நாம் யோசிப்ப தில்லை. உண்மையாகப் பார்த்தால் எந்த விஷயமும் பன்முகம் கொண்டவையே. அதன் ஒரு குறிப்பிட்ட கருத்தின் கண்ணாடி யணிந்து பார்க்கும்போது அதன் பன்முகம் மறைந்து ஒற்றைக் கருத்தாய் தென்படும். அதனால் பிற பார்வைகளை நிராகரிக்கத் தொடங்குகிறோம். ஏனென்றால் கருத்துகளின் மூல ஊற்று படைப்பு உணர்வாகும். படைப்புணர்வற்ற கருத்து வெறியாகிப் போகும். படைப்பு உணர்வின் இன்னொரு முகமே தனிநபர் சுதந்திரம். இதனால் தனிமனிதத் தூண்டுதலுக்கு அதிகம் முக்கியத்துவம் கொடுக்கிறார் சாம்ஸ்கி. மார்க்சியத்தின் பல பிரிவுகளில் அனார்க்கிஸ்டு விளக்கத்துக்கும் இடம் இருக்கிறது என்பது சாம்ஸ்கியின் வாதம். ஏனெனில் மார்க்ஸ், தனது கருத்தாய்

அரசு இறுதியில் உதிர்ந்து போகும் என்று (கம்யூனிஸ்டு அறிக்கையில்) கூறும்போது அனார்கிஸக் கருத்து அங்குத் தோன்று கிறது என்பார் சாம்ஸ்கி. அனார்க்கிசம் ஆகட்டும், மார்க்சியம் ஆகட்டும் எந்த சித்தாந்தத்தையும் செயல்படும் விதமாய்ப் பார்க்கும் போது ஒரு தேசத்துக்குத் தகுந்ததாய்ப் பொருத்திச் சிந்திக்கையில் வரும் முடிவுகளால் வரும் அந்த நேரத்துக்கான பயன்பாடுகளை, நீண்டகாலப் பயன்பாட்டின் முன்னிலையில் வைத்துப் பார்த்துச் சாம்ஸ்கி நிராகரிக்கத் தயங்குவதில்லை.

சாம்ஸ்கி தத்துவத்தின் அடிமையும் அல்ல; சித்தாந்தத்தின் அடிமையும் அல்ல. தேவை ஏற்பட்டால் ஒருவரோ ஒரு குழுவோ, தம்மைக் காப்பாற்றிக்கொள்ள வன்முறையைப் பயன்படுத்துவது தவறல்ல என்கிறார்.

தனிமனித சுதந்திரம் சாம்ஸ்கிக்கு எவ்வளவு முக்கியம் என்பதை, அவர் அந்தச் சுதந்திரத்தின் மனித அம்சமே, பொருளாதார வளர்ச்சிக்கும் காரணம் என்று மரபான மார்க்சியத்தைத் தாண்டி அல்லது மறுத்து வாதிடுகையில் நாம் அறிகிறோம். ஆடம் ஸ்மித்தும், வில்ஹெல்ம் வோன்ஹம் போல்டும் ஒரு விஷயத்தைச் சொல்வார்கள். அவர்கள், ஒரு தொழிலாளி சம்பளத்துக்காகவோ வேறு ஏதோ ஒரு ஆகர்ஷணத்துக்காகவோ வேலை செய்வதைவிட, அவன் யாருடைய தூண்டுதலுமில்லாமல், சுயவிருப்பத்துக்காக சந்தோஷமாய் வேலை செய்தால் அது பாராட்டப்படவேண்டும் என்பார்கள். அதுபோல சாம்ஸ்கியும் ஒருவருடைய பொருளாதார நீதி இப்படியிருக்க வேண்டுமென அந்த நபரும் அந்த நாடும்தான் தீர்மானிக்க முடியும் என்பார். இது அவர் ஒரு மனிதரின் மொழி எப்படிப் பிறக்கிறது என்று தன் கல்வித்துறையான மொழியியலில் வந்தடைந்த முடிவுபோல் இருக்கிறது என்று சில ஆய்வாளர்கள் கூறுகிறார்கள். இங்கு இந்த இரண்டு இடங்களிலும் (பொருளாதாரம், மொழித் தகுதி) தனிமனித சுதந்திரமும் அந்த சுதந்திரத்தின் மகத்துவமும் சாம்ஸ்கிக்குப் பிரச்சினைகளை அறியும் முக்கிய அளவைகளாகின்றன.

மேற்கில் மனிதன் பற்றிய ஆய்வில் ஈடுபடும் துறைகள் தனித்தனியாக, சமூகவியல், வரலாறு, தத்துவம், மொழியியல் என வளர்ந்திருக்கின்றன. மேற்கின் அறிவுப் பாரம்பரியத்தில் வந்த

சாம்ஸ்கி, தனித்தனியான, பல்வேறு அறிவுத்துறைகளுக்குள் இவற்றை இணைக்கும் உள்சரடுகள் இருப்பதை நாம் கவனிக்க வேண்டும் என்கிறார். அச்சரடு மனிதர்களின் வாழ்வும், மனமும் ஆகும். சாம்ஸ்கியின் கருத்தில் மனிதர்களின் மனமும் மொழி அமைப்புப் போன்றதுதான். இப்படிக் கூறுவதன் மூலம் தனி மனிதர்கள் பற்றிய வித்தியாசமான விளக்கத்துக்குப் போகிறார். இங்கு நாம் மனித முதன்மை என்ற 'ஹியூமனிசம்' என்பதை நிராகரித்த அமைப்பியல் சிந்தனையாளர்களையும் பின் அமைப்பியல்வாதிகளையும் நினைத்துக்கொள்ள வேண்டும். சமூக அறிவியல்களின் மையமாகயிருந்த தனிமனிதக் கற்பனை யைக் கலைத்துவிட்டார்கள் இவர்கள்.

இந்தத் தனிமனித விஷயத்தில் சாம்ஸ்கிக்கும் பின்நவீனத்துவ வாதியான ஃபூக்கோவிற்கும் அடிப்படைச் சிந்தனைகளில் சில ஒற்றுமைகள் இருக்கின்றன. இருவரும் தனிமனிதர்கள் மையமாய் நின்று தீர்மானிக்கிற அதிகாரம் படைத்தவர்கள் அல்லர் என்கிறார்கள். அதாவது பழைய சமூக அறிவு இவர்களுக்கு வழங்கும் முக்கியத்துவத்தைக் குறைக்கிறார்கள். ஓரிடத்தில் சாம்ஸ்கியே, 'நானும் பூக்கோவும் தனிமனிதர் பற்றிய சிந்தனையில் ஒற்றுமையுள்ளவர்கள்' என்கிறார்.

அரசியல் பற்றிப் பேசும்போது தனிமனித சுதந்திரத்துக்கும் மனதின் இயல்புக்கும் தொடர்புப்படுத்துகிறார் சாம்ஸ்கி. அப்படியே மொழி பற்றி பேசும்போது, 'அகத்தன்மை' *(இன்னேட்)* என்ற கருத்துக்கும் மனிதத்தன்மை *(ஹியூமன் எளிமென்ட்)* என்பதுக்கும் தொடர்பு இருக்கிறது என்கிறார். இப்படி சாம்ஸ்கி மொழிக்கும் அரசியலுக்கும் இணைப்புச் சங்கிலி உள்ளது என்று வலியுறுத்துகிறார்.

கட்டுரையின் இந்தப் பகுதியை முடிக்கும் முன்பு, இன்னொரு அம்சத்தையும் தெளிவு படுத்தவேண்டும். சாம்ஸ்கி, மார்க்சியத்தை எதிர்க்கிறார் என்பது சரியாக இருந்தாலும் மார்க்சியர்களை நிராகரித்து ஒரேயடியாய் ஒதுக்குவதில்லை என்பதைக் கவனிக்க வேண்டும். ஜெர்மனியைச் சேர்ந்த ரோஸா லக்சம்பர்க், டச் மார்க்சியவாதி அன்டன் பென்னாகாக்கர் போன்றவர்களின் அரசியல் நிலைபாடுகளைச் சாம்ஸ்கி ஒத்துக்கொள்கிறார்.

போல்ஷ்விசத்தை, கம்யூனிசத்தின் பெயரில் ரஷ்யா கொண்டுவந்த போது அதன் ஆட்சியியல் நீதியை, சாம்ஸ்கி விரோதித்ததின் காரணத்தால் தமிழ்நாட்டில் சாம்ஸ்கியை மார்க்சியத்தின் எதிரி என்று இங்கிருந்த இடதுசாரிகள் கருதினர். அதனால் தமிழக இடதுசாரிகள் மத்தியில் சாம்ஸ்கி பிரபலமாகவில்லை.

2

பாரதத்தில் தத்துவ சாஸ்திரத்துக்கும் மொழிக்கும் நெருக்கமான உறவு உண்டு. அண்ணாமலைப் பல்கலையில் சாம்ஸ்கியின் மொழியியல் கருத்துகள் கற்பிக்கப்பட்ட போது அவர் தத்துவக் கருத்துகளுக்கும் மொழிக்கும் உள்ள தொடர்பு பற்றிய வலியுறுத்தல் ஏன் விடுபட்டுவிட்டது. இந்த வலியுறுத்தல் கவனம் பெற்றிருந்தால் வேறு விதமான—வாழ்வும் கல்வியும் சார்ந்த—அக்கறைகள் தமிழகத்தில் வந்திருக்குமோ என்னவோ, தெரியவில்லை.

மேற்கத்திய தத்துவ சாஸ்திரத்தில் 'தேகம்', 'மனம்' என்ற பிரிவினைகள் முக்கியமானவை. நவீன அறிவியல் வளர்ந்து வந்திருப்பதே இந்தப் பிரிவினையிலிருந்துதான். இந்தப் பிரிவினையை, சாம்ஸ்கி கேள்வி கேட்கிறார். அதனால் சாம்ஸ்கியின் மொழி பற்றிய ஆய்வுகளில் தத்துவமும் உளவியலும் (ஃபிலோசஃபி அண்ட் சைக்காலஜி) புதிய அர்த்தம் பெறுகின்றன. சாம்ஸ்கிக்கு மொழி, மனத்தை அறிவதற்குரிய ஒரு பொருள் (ஆப்ஜெக்ட் ஆஃப் நாலெட்ஜ்) மட்டுமே. இப்படி மொழியியல் என்பது மனதை அறியும் ஒரு துறையாக மாற்ற முறுகிறது. தேகத்துக்கும் பொருளுக்கும் இங்கே முக்கியத்துவம் இல்லை. கண்ணுக்குப் புலப்படாத மனம் இங்கு முக்கியமாகிறது.

மொழியியலின் பலவித பள்ளிகள் (ஸ்கூல்ஸ்), மொழியின் சொல்லுக்கும் புறவுலகத்துக்கும் ஒரு தொடர்பு உள்ளது என்று கருதி அந்தத் தொடர்பை ஆய்வு செய்ய முயல்கின்றன. மொழியியலின் ஒரு முக்கியமான துறையான செமான்டிக்ஸில் ஆய்வுகள் இந்த நோக்கிலேயே நடைபெறுகின்றன. ஆனால் சாம்ஸ்கி, மொழியியல் என்பது தனிமனிதர்களுக்கு முக்கியத்துவம் கொடுத்து நடைபெறுவது என்கிறார். அதாவது மொழி என்பது ஒரு மனதின் கட்டமைப்பு (மெண்டல் கன்ஸ்ரக்ட்) என்கிறார். சாம்ஸ்கி, தன் ஆரம்பகால ஆய்வுகளில் சாமர்த்தியம் (காம்பிடன்ஸ்= தகுதி)

என்று பெயரிடப்பட்ட கருத்து, அண்மைக் காலங்களில் தனிநபர் கூர்மை (I Language) கொண்டதாய் மாறியிருக்கிறது. மேலும் மொழியானது, பேசும் நபரின் உள்வயமான சொத்து (*இண்டர்னல் பிராபர்டி*) என்கிறார் சாம்ஸ்கி. இப்படி சாம்ஸ்கியின் சிந்தனையில் மொழியாய்வு என்பது உளவியல் ஆய்வாகி விடுகிறது.

இப்படி மனம் தேகத்தைவிட்டுத் தனியாய் செயல்பட முடியாததாய் இருப்பதால், மொழியானது தேகமும் ஆகிவிடுகிறது என்பதே சாம்ஸ்கியின் பார்வை. இவ்வாறு மொழியின் ஆய்வு உயிரியல் ஆய்வாகிறது. எனினும் முழுவதும் மொழி ஆய்வு என்பதே உயிரியல் ஆய்வும் ஆகிவிடாது என்ற கவனமும் வேண்டும்.

இன்னொரு சிந்தனையும் இருக்கிறது. குழந்தை பிறந்த கொஞ்சகாலம் அதன் உடல் வளர்ச்சியைப் போலவே, மொழியும் தோன்றி வளர்கிறது. ஒரு குறிப்பிட்ட கட்டத்தில் இந்த மொழி வளர்ச்சி முழுமையடைகிறது. இப்படியெல்லாம் மொழி பற்றிய ஆய்வறிவு வளர்ந்துள்ளது என்றாலும் இன்னும் மொழி பற்றித் தெரிந்து கொள்ள எவ்வளவோ உள்ளன என்பதே சாம்ஸ்கியின் கருத்து.

'மொழி, மனம்' பற்றிச் சிந்திக்கும்போது இரண்டு விஷயங்கள் முக்கியமாகின்றன. ஒன்று, நம்முடைய 'சிந்தனை' சார்ந்தது, இரண்டு நம்முடைய 'கிரகிப்பு' சார்ந்தது. முதலாவதை 'அறிவுப் பிரச்சினைகள்' என்றும் இரண்டாவதை 'நுட்பங்களைத் தெரிதல்' என்றும் பிரிக்கலாம் என்பேன் (*பார்க்க: Reflectious in Language*, p. 137) என்கிறார் அவர். இந்த இரண்டாவதான நுட்பம் பற்றி நாம் தெரிந்துகொண்டால், எல்லாவற்றையும் நாம் ஆய்ந்துவிட முடியும் என்ற அகங்காரம் இல்லாமலாகும்.

பிரக்ஞை என்ற விஷயத்தை இங்குக் குறிப்பிடும் சாம்ஸ்கி அதை அறிய முடியாது என்று குறிப்பிட்டுவிடுகிறார். அவருடைய ஆரம்பகாலக் கலைச்சொற்களைப் பயன்படுத்தி விளக்குவதென்றால், சாமர்த்தியத்தை (*கம்பிடன்ஸ்*) அறியலாம்; ஆனால் 'செயல்பாட்டை' அறிய முடியாது என்பார் சாம்ஸ்கி. சாம்ஸ்கியின் கோட்பாடுகளை ஆழமாக ஆய்ந்திருப்பவர்களில் நீல் ஸ்மித் முக்கியமானவர். அவர் மனிதர்களின் அறியமுடியாத இரகசியங்களை ஆய்வைவிட இலக்கியம் அறிய முடியும் என்கிறார்.

தொல்காப்பியத்தில் ஒலிகளில் ஆரம்பித்து இறுதிப் பகுதியில் இலக்கியம் பற்றிய பொருளதிகாரத்தில் முடியும். இது இங்கு ஞாபகத்தில் வரவேண்டும். அத்துடன் சொல் பற்றிச் சொல்லி அர்த்தம் பற்றித் தொடர்புபடுத்துவார் தொல்காப்பிய ஆசிரியர். தொல்காப்பியம் தர்க்கப்பூர்வமாக யாவற்றையும் பகுதிபகுதியாகச் சொன்னாலும் விளக்க முடியாத விஷயங்களையும் சுட்டிக் காட்டும். மனித மொழியை அறிவது என்பது மனிதர்களை அறிவது என்று கூறும் கிழக்கத்திய அறிவுப் பரம்பரையோடு சாம்ஸ்கியையும் கொண்டுவந்து இணைக்க முடியும். அது கிழக்கு, மேற்கின் சங்கிலி இணைப்பை வலியுறுத்தும்.

இன்று முழு உலகும் முக்கியமான காலகட்டத்தில் இருக்கிறது. பெரிய அதிகாரத்தின் கீழ் வருகிறது. இந்தக் கட்டத்தில் நமக்கு இன்னும் அதிக எச்சரிக்கையும் அறிவும் வேண்டும். போர்களின் விதிமுறைகள் மாறியுள்ளன. ஒரு கணநேரத்தில் இலட்சக்கணக் கான எந்தப் பாவமும் அறியாத மக்கள் சாகநேரிடலாம். நம் அறிவியல், ஆராய்ச்சிகள், தொழில்நுட்பங்கள் போர் பற்றிய உண்மைகளைப் புரிந்துகொண்டாலும் வாழ்வின் அடிப்படையான மனிதத்தன்மை காணாமல் போய்க்கொண்டிருப்பதை யாரும் சட்டை செய்வதில்லை.

சாம்ஸ்கி கூறும் மனதின் படைப்புக் குணம், சுதந்திரம், அவர் கூறும் பரிபூரணமான பொருளில் உண்மையாக வேண்டும். இந்தச் சூழலில் சாம்ஸ்கியின் வாழ்வுக்கும் சிந்தனைக்கும் இருக்கும் தொடர்பு, பொருள் உள்ளதாகும். இந்தத் தொடர்பு கிழக்கத்திய சமயங்களிலும் சிந்தனைகளிலும் காணப்படுவதாகும். பாரதத்தில் மதங்களின் வெளியில் தனியான தத்துவம் இல்லை என்கிறார்கள். சாம்ஸ்கி மேற்கத்திய சமூகத்தைச் சார்ந்தவராகயிருந்தாலும் கிழக்கத்திய சமயங்களின் சாரத்தை மொழியியல் ஆய்வுகளில் காண்கிறார்.

மொழியும் எதிர்வினையும் (லாங்குவேஜ் அண்ட் ரெஸ்பான்ஸ்) என்னும் நூலில் பிட்ஸோ ரொனால்ட் என்பவர், சாம்ஸ்கியின் மொழி ஆய்வுக்கும் அவருடைய அரசியலுக்கும் ஏதேனும் தொடர்பு இருக்கிறதா எனக் கேட்கிறார். அதற்கு, சாம்ஸ்கி, மனிதர்களின் நடவடிக்கைகளில் ஒன்று இன்னொன்றோடு தொடர்பு கொண்டிருக்கத் தான் செய்யும். அப்படிப்பட்ட தொடர்பு இருக்கலாம். மற்றபடி

நேரடித் தொடர்பு இல்லை என்று பதிலிறுக்கிறார். ஓரளவு இதேபோன்ற ஒரு கேள்வியை கார்லோஸ் ஒடொரா என்பவர் சாம்ஸ்கியிடம் 1983இல் கேட்கிறார்—அகத்தன்மை (இன்னேட்) என்ற மொழியியல் கருத்தியலுக்கும் அரசியலில் அவருடைய சுதந்திரமான மனிதன் இருக்க வேண்டும் என்னும் சிந்தனைக்கும் தொடர்பு ஏதாவது இருக்க முடியுமா என்று. அதற்கு சாம்ஸ்கி, சுதந்திரமான மனம் (ஃப்ரீ வில்) என்பது மனிதர்கள் எல்லோரிடமும் காணப்படுவது, அதனால் மொழியியலுக்கும் சுதந்திரம் என்பதற்கும் தொடர்புப்படுத்துவது ஐயத்துக்கிடமானது என்று சொல்கிறார்.

இதே கார்லோஸ் ஒடொரோ, அரசியல்வாதியான சாம்ஸ்கியும் மொழியியல்வாதி சாம்ஸ்கியும் சந்தித்துக் கொண்டால், என்ன பேசுவார்கள், என்று (1988) கேட்டபோது, 'தன் இரண்டு ஈடுபாடு களுக்கும் நேரடி தொடர்பில்லை' என்று பேசுவார்கள் என்று பதில் சொன்னார் சாம்ஸ்கி.

இப்படி எல்லா விஷயங்களையும் பார்க்கையில் தமிழகத்தில் சாம்ஸ்கியைச் சரியாய் புரிந்துகொள்ளவில்லை என்று தோன்றுகிறது. சாம்ஸ்கியின் சிந்தனைகள் மனித சரித்திரத்தையும் வாழ்வையும் விரிவாக்கம் செய்யும் புதுப்பாதையாகப் பார்க்கப்படத்தக்கவை. ஆய்வையும் வாழ்வையும் இணைக்கும் சாம்ஸ்கி இன்றைய காலகட்டத்தில் மிகவும் அவசரமான தேவை.

(இந்தக் கட்டுரை பல ஆண்டுகளுக்கு முன்பு, ஆங்கிலத்தில் எழுதி கன்னடத்தில் மொழிபெயர்க்கப்பட்டது. இப்போது இதனைத் தமிழில் பிரசுரிக்கும்போது, சாம்ஸ்கியிடம் ஈழத்தமிழ் பிரச்சினை பற்றி நாகார்ஜுனன் போன்றோர் தொடர்புகொண்டு கேட்டபோது சாம்ஸ்கி, தனக்கு முழுவதும் தெரியவில்லை என்று கூறியதும் புலிகள் செய்த கொலைகளை லேசாய் சிங்கள அரசின் கொலை யுடன் ஒப்பிட்டதுமான குறிப்பு ஞாபகம் வந்தது. அத்துடன் சாம்ஸ்கி சென்னைக்கு வந்தால் எந்தப் பத்திரிகை நிறுவனத்தோடு தொடர்பில் இருப்பார் என்பதும் ஈழத்தமிழ் பிரச்சினையைப் பற்றி இன்று கேட்டால், அவர் தமிழர் வரலாற்றை அறிந்து, புலிகளை ஏற்பார் என்றும் என்னுடைய இந்தக் கட்டுரை யிலுள்ள தார்மீக தர்க்கத்தின் பின்னணியில் தோன்றுகிறது).

குறிப்புகள்

1. Chomsky. *New Horizon in this Study of Language and Mind,* 2000.
2. ___.*Reflection on Language,* 1976.
3. ___.*Class Warfare,* 1998.
4. ___.*Language and responsibility,* 1979.
5. ___.*Language and mind,* 1968.
6. *Chomsky and Globalization,* Jeremy Facks, 2001.
7. *Chomsky: Modern Masters series,* Lyon, 1999.

14

தமிழிலக்கியத்தில் மார்க்சியம் இரண்டு பாதைகள்

என்னுடைய மார்க்சிய இலக்கியப் புரிதலை, நான் எழுதிய இரண்டு கட்டுரைகளின் வழியாக வெளிப்படுத்தியுள்ளேன். அதில் முதல் கட்டுரையின் தலைப்பு: 'கைலாசபதியின் மார்க்சியம்: பாசிட்டிவிசமும் பட்டுக்குஞ்சமும்' என்பது.

இந்தக் கட்டுரை 1982இல் எழுதப்பட்டது. இன்றைக்கு, சுமார் 40ஆண்டுகளுக்கு முன்பு எழுதப்பட்டது. அப்போது கணினி வராத காலம். எல்லாவற்றுக்கும் மார்க்சியத்தை அளவுகோலாக தமிழகமும், அதுபோல, உலகமும் கருதிய காலம். சோவியத் யூனியன் இல்லாமலாகும் என்று யாரும் யோசிக்கக்கூட துணியாத காலம்.

இந்தக் கட்டுரையை இப்போது படித்துப் பார்த்தபோது அந்தக் காலத்திலேயே—என்னுடைய 37ஆம் வயதிலேயே இப்படி எழுதினேனா என்று என்னையே பாராட்டிக்கொண்டேன். இதே ஆண்டில் என்னுடைய *ஸ்ட்ரக்சுரலிசம்* என்ற அமைப்பியல் நூலும் வந்தது. இன்றுகூட பாசிட்டிவிசம் என்ற சொல்லைச் சொன்னால், எத்தனை தமிழர்களுக்குத் தெரியும்? ஆனால் அன்று பலர் வாதம் செய்தார்கள். பலருக்கு அந்தச் சொல் பற்றித் தெரிந்திருந்தது.

மார்க்சியம் பற்றிப் பேசும்போது மேற்கத்திய தத்துவத்தில் அடிபடும் சொற்கள் பயன்படுத்தப்படவேண்டும்; பயன்படுத்தாமல் பேசமுடியாது. மார்க்சியம் என்று நான் ஒரு சொல்லைப் பயன் படுத்தும்போது மார்க்சியம் பற்றி ஓரளவாவது தெரிந்தவர்களுடன் நான் உரையாடுகிறேன் என்று நினைத்து இந்தக் கட்டுரையை எழுதுகிறேன்.

இந்தியாவில் அறிவாளிகளிடம் மார்க்சியம், பிரிட்டனுக்குச் சென்ற இந்தியர்கள் மூலம் பரவியது. தமிழர்கள் அவர்களிட மிருந்து அறிந்தனர். வடநாட்டில் சம்ஸ்கிருதத்தில் மார்க்சிய கருத்துகள் உள்ளனவா என்று தேடியது போலவே தமிழில் பழந்தமிழில் மார்க்சியக் கருத்துகள் உள்ளனவா எனத் தேடினர். கைலாசபதி ஈழத்திலிருந்து இங்கிலாந்து சென்று படித்தபோது மார்க்சியம் அவரைக் கவர்ந்தது. அதனால் பிரிட்டனில் பரவிய மார்க்சியம் கைலாசபதியின் தமிழிலக்கிய அணுகலில் காணப் பட்டது. பிரிட்டனில் மேற்கத்தியத் தத்துவம் மூலம் மார்க்சியத்தைக் கிரகித்தனர். அதில் பல தாக்கங்கள் இருந்தன. அவற்றில் ஒன்று, பாசிட்டிவிசம். நான் பாசிட்டிவிசக் கண்ணாடி மூலம் தமிழகம் மார்க்சியத்தைப் பார்க்கக்கூடாது என்ற எண்ணம் கொண்டிருந்த தால் அதனை 'விளக்குமாத்துப் பட்டுக் குஞ்சம்' என்ற பழ மொழியின் அழுத்தத்துடன் கொஞ்சம் கடுமையான தலைப்பைப் பயன்படுத்தினேன். கட்டுரையின் உள்ளடக்கம் இன்றும் சரியானதுதான் என்றே கருதுகிறேன். எப்படி, கைலாசபதியின் நூல்களில் பாசிட்டிவிச அம்சங்கள் பரவலாகக் காணப்படுகின்றன என்று அவரது பல நூல்களிலிருந்து வரிகளையும் கருத்துக் களையும் மேற்கோள் காட்டி இக்கட்டுரை எழுதினேன்.

அறிவியல் என்ற விஞ்ஞானம், இயற்பியல், விலங்கியல் என்றெல்லாம் மனிதனின் மனம், உளம், அகம் - சாராத, புறத்தில் உள்ள உடல், பூமி, அதன் பொருள்கள், அதன் காற்று, பூமியின் இழுப்பில் உள்ள சக்திகள் போன்றன பற்றி விளக்கியது. ஆனால் தத்துவம், இறையியல், வரலாறு, மானுடவியல், மொழியியல் போன்றன மனிதனை மையமாய் வைத்து உலகை அறிந்தன. மார்க்சியம் மனிதனை மையமாய் வைத்தது. மார்க்ஸ் முதலில் ஐரோப்பாவின் தத்துவமரபில் படித்துப் பின்பு பொருளாதாரம் பற்றிப் படித்து உலகின் புற இயக்கத்தைப் பிரதானமாக்கி தன் சிந்தனைகளை எழுதினார். புரட்சியின் மூலம் மனிதன் தன் விடுதலையை புறஉலகிலிருந்து அடையலாம் என்று கருதினார். மார்க்ஸ் அகத்தையும் புறத்தையும் இணைத்தார் என்றும், இணைக்கவில்லை அவற்றைத் தனித்தனியாய் அணுகினார் என்றும் வாதவிவாதங்கள் தொடர்ந்து நடைபெற்று வந்தன. அன்றும் வந்தன, இன்றும் வருகின்றன. இங்குத்தான் தத்துவம் நுழைகிறது. மார்க்ஸ் முனைவர் பட்டத்தைத் தத்துவத்தில் படித்துப் பெற்றார். பட்டம் பெற்றபின்பு, பிற்காலத்தில் அவர்

படித்ததெல்லாம் பொருளாதாரமும் வரலாறும். ஆனால் மேற்கில், தத்துவம் அடியோட்டமாய் சிந்தனைகளின் உள்ளே தானாகவே அமைந்துவிடும். அப்படிப்பட்ட படிப்பும் நினைப்பும் கலந்த மனம் அவர்களுடையது. தத்துவத்துக்குப் பதிலாக நம்மிடம்— கிழக்கத்தியர்களிடம், நம் மத நம்பிக்கை, நாட்டுப்புற ஆசரணைகள், நம் நூல்கள், இவை அமையலாம்.

இதில் கைலாசபதிக்குள் வந்தது கிழக்கத்திய அல்லது தமிழ்ச்சார்ந்த ஓர் அடையாளம் அல்ல, மேற்கத்திய (அவர் முனைவர்பட்ட ஆய்வு இங்கிலாந்தின் பேரா. ஜார்ஜ் தாம்சன் வழிகாட்டுதலில் அமைந்தது) தத்துவத்தின் நிழல் படர்ந்தது என்று நான் வாதிட்டு எழுதியதுதான் மேலே நான் சுட்டிக்காட்டிய கட்டுரை. இது ஓர் அடையாளம் காட்டல்.

தன் கட்டுரை, நூல்களில், கைலாசபதி ஆய்வுகளையும் அறிமுகங் களையும் தகவல் தொகுப்புகளையும் வேறுபடுத்தினார். ஆய்வாளன் தற்சார்பாய் தனக்குப் பிடித்ததை, சிறந்தது எனக் கூறக்கூடாது என்ற நிலைபாட்டைக் கொண்டிருந்தார். ஈழம், தமிழகம் போன்ற இடங்களில் ஆய்வு முதன்முதலில் அறிமுகமான, கல்விநிலையச் சூழலில் இது சரிதான். இதுகூடத் தெரியாத பல ஆய்வாளர்கள் அன்று தமிழாய்வைச் செய்து சைவசமய மடங்களால் பெரிதும் பாதிப்புப் பெற்று மாணவர்களுக்கும் எதிர்காலத் தலைமுறைக்கும் சரியாய் வழிகாட்டாததை ஈழத்திலும் தமிழகத்திலும் அவர் கண்டார். எனவே ஆய்வு நடுநிலையாய் அமைய வேண்டும் என்றார். இதையொரு ஆய்வு வழிகாட்டி நூலில் சொல்லியிருந்தால் ஏற்கலாம். பதிலாய் இதனை ஒரு தத்துவப் போக்காய் கைலாசபதி தன் நூல்களில் மேற்கொண்டார். இங்கிலாந்திலும் இத்தகைய போக்கு மார்க்சியர்களிடம் இருந்தது. அது அவர் மீது தாக்கம் செலுத்தியது. அவருடைய ஆய்வு பற்றிய என் கட்டுரையின் இரண்டு மேற்கோள்களைப் பார்ப்போம்.

நடுநிலை ஆய்வு என்பதுதான் கைலாசபதியைப் பொறுத்த வரையிலான ஒரு முக்கியமான கருத்தாக்கம். இந்த நடுநிலை ஆய்வு, விஞ்ஞான ஆய்வு, தனிமனிதர்கள் விருப்பத்துக்கும் ஆசைப்பாட்டுக்கும் பலவீனத்துக்கும் சாய்ந்துகொடுக்காத சிந்தனை முறையாக கைலாசபதியிடம் உள்ளது.[1]

நடுநிலை ஆய்வு என்பது புறஉலகத்திலிருந்து தகவல்களைத் தொகுத்துக்கொள்வது மூலம் நம் புலன்கள் புறவுலகை அறிந்து கொள்கின்றன என்ற பார்வையின் அடிப்படையில் உருவாகிறது. மனிதமனம் அதனைச் சுற்றியுள்ள உலகை அறிந்துகொள்கிறது என்று 'எம்பிரிசிசம்' என்ற பிரிட்டிஷ் தத்துவப் பார்வை வலியுறுத்துகிறது.[2]

கைலாசபதியின் இந்த இரண்டு மேற்கோள்களும், புறம் மூலம் அகத்தைக் கட்டமைக்கும் எம்பிரிசிசம் என்ற தத்துவப் பார்வையை வலியுறுத்துகின்றன. இந்த மேற்கோள்களில்,

1. விஞ்ஞானப் பார்வை என்ற மனிதாய விஞ்ஞானமும் இயற்கை சார்ந்த ஆய்வின் புறமனிதாய விஞ்ஞானமும் இணைந்துள்ளன.
2. புலன் அடிப்படையில்தான் அறிவு கிடைக்கும் என்ற பார்வை உள்ளது. இப்படி இரண்டும், விஞ்ஞானஆய்வின் மேன்மையை வலியுறுத்தும் பாசிட்டிவிசத்தின் அடிப்படை களாகின்றன.

இந்தப் பார்வை எந்த நாவலையும் அதில் உள்ள பொருளாதாரப் பார்வை என்ன என்ற கேள்வியைக் கேட்க வேண்டும் எனக் கூறியது. இலக்கியத்தில் நேரடியாக ஒரு பார்வை இருக்காது.

இதனுடன் எங்கல்ஸின் சிந்தனை பற்றிய ஒரு விமரிசனம் மேலே குறிப்பிட்ட என் கட்டுரையில் உள்ளது. அக்கட்டுரையில் மையமான கருத்தாக எங்கல்ஸின் *இயற்கையின் இயக்கவியல்* என்னும் நூலின் கருத்துச் சுட்டிக்காட்டப்படுகிறது. இயக்கவியல் என்றால் ஆங்கிலத்தில் *டயலெக்டிக்ஸ்* என்பார்கள். உலகத்தின் இயங்குவனவும் இயங்காதனவும் ஆகிய சர்வமும் அசைவில் இருக்கின்றன என்ற கருத்தை இது குறிக்கிறது. ஹெகல் என்ற ஜெர்மன்நாட்டுத் தத்துவவாதியை எங்கல்ஸ் உலக அசைவுக்குள் இருக்கும் விதியை விளக்குவதற்காக எடுக்கிறார். மனிதனுக்கும் இயற்கைக்கும் நடுவிலுள்ள உறவை விளக்குவதற்குப் பதிலாய் இயற்கையின் உள்முரண்பாடுகளுக்கிடையில் இருக்கும் உறவே இயங்கியல் என எங்கல்ஸ் நினைத்தார். இது எங்கல்ஸ் பிறந்து வளர்ந்த இங்கிலாந்து மண்ணில் ஊறிய பாசிட்டிவிசத் தத்துவக் கருத்தால் சாயம்பூசப்பட்ட கருத்து. கைலாசபதி 'மார்க்சியம்

என்றால் என்ன' என்ற தலைப்பில் கட்டுரையோ, நூலோ எழுதவில்லை என்றாலும் அவரது தமிழ்இலக்கியம் பற்றிய பல நூலிலும் பிரிட்டிஷ் மார்க்சியத்தின் தாக்கம் உள்ளது. அதனால் அவருடைய சிந்தனையில் அடியோட்டமாய் பாசிட்டிவிசம் ஓடுகிறது என்று கூறுவதில் தவறில்லை. கைலாச பதியின் நிலைபாட்டைக் கொண்ட பலர் அப்போதும் இப்போதும் ஈழத்திலும் தமிழகத்திலும் உள்ளனர். எனினும் இந்தக் கட்டுரையின் ஆரம்பத்தில் சுட்டப்பட்ட தலைப்பான 'கைலாசபதி: பாசிட்டி விசமும் பட்டுக்குஞ்சமும்' என்ற கட்டுரையை யாரும் விவாதத்துக்கு எடுத்துக்கொள்ளவில்லை.

மூன்றாவது முக்கிய விஷயமாக இந்த என் கட்டுரையில் ஜார்ஜ் லூக்காக்ஸ் என்ற அன்றைய ஹங்கேரிய மார்க்சியவாதியை நான் எடுத்துப் பரிசீலிக்க விரும்பினேன். இவர் 1923இல் எழுதிய *வரலாறும் வர்க்கப் பிரக்ஞையும் (ஹிஸ்டரி அண்ட் கிளாஸ் கான்ஸ்சியஸ்னஸ்)* என்னும் நூலில் சில சிந்தனைகளை முதன் முதலில் உலகின் முன் கூறுகிறார்.[3] லூக்காக்ஸும் கார்ல் மார்க்ஸைப் போலவே ஆழ்ந்த படிப்பாளி; தத்துவவாதி. கம்யூனிஸ்ட் பங்காளி. மார்க்ஸைவிட அதிகம் இலக்கியம் படித்தவர். இவர், மார்க்ஸ் எப்படி ஹெகலின் தத்துவத்தைப் பயன்படுத்தினாரோ அதேபோல, கொஞ்சமும் குறைவில்லாமல் ஹெகல் வழியில் வந்தவர். வழக்கமாய் மார்க்ஸியர், புறம் *(ஆப்ஜெக்ட்)* அகத்தைத் *(சப்ஜெக்ட்)* தீர்மானிக் கிறது என்பார்கள். இவர் அகம் எப்படி உருவாகிறது, வரலாறும் பிரக்ஞையும் தத்தமக்குள் எப்படிச் சம்பந்தம் கொண்டவை என்ற யோசனையில் ஆழமாகப் போனார். மார்க்ஸின் பொருளாதாரக் கொள்கைகளில், ஹெகல் கூறும் பிரபஞ்ச மனம் *(ஸ்பிரிட்)* என்ற சிந்தனையின் தாக்கம் இருக்கிறதா என பார்த்தார் ஜார்ஜ் லூக்காக்ஸ்.

என் மேற்குறிப்பிட்ட கட்டுரையில் லூக்காக்ஸின் கருத்துகள் கைலாசபதியில் உள்ளன என்று பல இடங்களில் கூறியுள்ளேன். நேரடியாக கைலாசபதி, லூக்காக்ஸ் பற்றிச் சொன்னாரா என்று எனக்குத் தெரியாவிட்டாலும் கைலாசபதியிடம் லூக்காக்ஸின் பாதிப்புத் தெரிகிறது. அதாவது புறமும் அகமும் தனித்தனியான இரண்டு விஷயங்கள் என்ற எண்ணம் கைலாசபதிக்குள் போய்ச் சேர்ந்திருக்கிறது. ஜார்ஜ் லூக்காக்ஸ் போன்ற அதே முறையில்

அகத்தை வலியுறுத்தும் கோட்பாட்டாளராய் கைலாசபதி இருக்காவிட்டாலும் அதன் பாதிப்பைத் தன் நினைவின்றியே காட்டுகிறார். இங்குப் புறவய மார்க்சியவாதியான கைலாசபதிக்கு, அகம் இயற்கையான இரட்டை எதிர்வாய் அமைந்திருக்கிறது என்பது என் பார்வை. நெருப்பு என்கிறவனுக்கு நீர் என்பது தன் நினைவின்றியே மனதில் இருப்பது போல. ஆக மார்க்சியத்தின் பல வலியுறுத்தல்கள் இன்று உலகில் உள்ளன. அதில் ஒரு விளக்கமான இயற்கை விஞ்ஞானத்தையும் அதன் மாதிரியில் வடிவமைந்த மனிதவியல் (*ஹியூமானிடீஸ்*) அறிவையும் ஏற்பது போல, தானும் ஏற்றுள்ளார் கைலாசபதி. இதற்கர்த்தம் இவரிடம் வேறு வளமான மார்க்சியத் தாக்கம் இல்லை என்பதல்ல. பிரதான போக்கு பாசிட்டிவிசம் என்று நான் கருதினேன். அதற்கான முக்கிய காரணம் எண்பதுகளில் உருவாகி வந்த தமிழ் இலக்கியத்தின் ஆழத்தை மறுத்து, இலக்கியத்தை வெறும் கண்ணாடிப் பிரதிபலிப்பு என்று கூறியவர்களுக்குக் கைலாசபதியின் நூல்களும் மார்க்சிய முறையியலும் பயன்பட்டுவிடும் என்ற என் பயம் கலந்த எண்ணம்.

II

இனி என் இரண்டாவது கட்டுரையையும் அதன் மாறுபட்ட மார்க்சிய முறையியலையும் விளக்குகிறேன். அந்தக் கட்டுரையின் பெயர்: 'ஆத்மாநாம் கவிதையில் முரண்பாடு—மொழிதல் கோட்பாடு.'[4] இந்தக் கட்டுரை, அப்போது புகழ்பெறாத மார்க்சிய கோட்பாட்டளாரான கோ. கேசவனின் ஆத்மாநாம் கவிதை பற்றிய கட்டுரை ஒன்றுக்கான மறுப்பு.

கைலாசபதி பற்றிய கட்டுரை அவருடைய மொத்த சிந்தனையை அலசலுக்கு எடுத்தது. அவரின் மார்க்சியம் எப்படிப்பட்டது, தமிழோடு அதற்கு என்ன தொடர்பு என்ற நோக்கத்தை வைத்து அலசி ஆய்ந்தது. கோ. கேசவன் பற்றிய கட்டுரை அவருடைய ஆத்மாநாம் பற்றிய பார்வையைக் கேள்விகேட்டு, கேசவனின் ஒட்டுமொத்த மார்க்சியத்தின் மீதான கோட்பாட்டின் பலவீனத்தை எடுத்துச் சொல்ல முயன்றது.

இங்கே நான் எடுத்துக்கொண்ட இரு மதிப்புக்குரிய மார்க்சிய விமர்சகர்களும் எனக்குத் தனிப்பட்ட குரோதத்துக்குப்

பாத்திரமானவர்கள் அல்லர். இருவர் மீதும் எனக்கு மதிப்பு இருந்தது. விமரிசனம் தனிப்பட்ட விருப்பு வெறுப்பு சார்ந்தது அல்ல. மார்க்சியத்தின் பல்வகைப் பிரிவுகளும் தமிழிலக்கியத்தை அளக்கத் தேவை என்பதால், இவர்கள் பாதை அதைத் தடுக்கும் என எண்ணினேன். அதனால் இவ்விருவரையும் விமரிசித்து இவர்களின் பலவீனத்தைச் சுட்டிக்காட்ட முயன்றேன். கைலாச பதியைப் பாசிட்டிவிசத்துக்குள் விழுந்துவிட்டார் என்றும் கேசவன் பிரதிபலிப்புக் கோட்பாட்டுக்குப் போய்விட்டார் என்றும் சுட்டிக்காட்டினேன்.

சற்று விரிவாய் கேசவன் சிந்தனைகளைப் பார்ப்போம். கேசவன் ஆத்மாநாம் கவிதைகளை 'வாசிக்கும்' முறை தவறு. அதற்குக் காரணம் மார்க்சியத்தில் ஓர் உளவியல் பார்வை இருக்கிறதென்று இவர் தவறுசெய்கிறார் எனச் சுட்டியுள்ளேன். கோ.கேசவன் மேலே சுட்டிக்காட்டிய அவரின் கட்டுரையில் உளப்பாங்குச் சீர்கேடு (அஃபக்டிவ் டிசார்டர்) பிரதிபலிக்கப்பட்டு ஆத்மாநாம் சில கவிதைகளை எழுதினார் என்றார். ஆத்மாநாம், சென்னையிலிருந்து வந்து அவருடைய சகோதரரான ரகுநந்தன் வீட்டில் வந்து தங்கியிருந்தபோது பெங்களூர் ஜெயநகர் பகுதியில் ஒரு கிணற்றில் குதித்துத் தற்கொலை செய்தார். கோ. கேசவன் ஆத்மாநாம் கவிதை ஒன்றில் ('மனத்தில் கவிதைகள்' என்ற தலைப்பில் அமைந்த கவிதை) மொத்தம் 21-வரிகளில் வெறும் 7 வரிகளைத் தனியாய் எடுத்து ஆய்ந்தார். ஏழு வரிகளில் முதல் மூன்று வரிகளில், கழிவறை விட்டத்தை ஒருவன் பார்ப்பது பற்றிக்கூறி, தூக்கில் தொங்கப்போவதில்லை எனினும் பார்த்தான் என்ற பொருளுள்ள வரிகள் இருக்கின்றன; ஆத்மாநாம் தற்கொலை செய்ததுபோல தூக்கில் தொங்குதல் பற்றிய எண்ணத்தை கவிதையில் வாசித்த கோ. கேசவன், அது ஆத்மாநாமின் தற்கொலை எண்ணத்தைப் பிரதிபலிக்கிறது என்று பொருள் சொன்னார்.

அடுத்த நான்கு வரிகளில் வரும் தற்கொலைக்கெதிரான எண்ணம் ('பேருந்தில் பயணம் செய்த அவன் கைவிரல்கள் கவனப் பிசகால் துண்டாகிறது, அந்தத் துண்டான விரல்களோடு மேலும் அவன் பயணம் செய்தான்') வருகிறது என கோ. கேசவன் பொருள்கொண்டார். மொத்த கவிதையின் பொருளைக் கவனிக்காமல் ஆத்மாநாம் மனநோய் பாதிக்கப்பட்ட நேரங்களில்

சாவு எண்ணத்தையும் பாதிக்கப்படாத நேரத்தில் வாழ்வு பற்றிய உள்ளடக்கத்தையும் கொண்டு கவிதை படைத்தார் என்று கவிதையை ஒரு பிரதிபலிப்பாய் விவாதித்திருந்தார். மொத்த கவிதையும் வேறுவிதமானது. அது அந்தக் கவிதையின் 8 முதல் 21வரி வரை படித்தால் விளங்கும். சற்று நுட்பமாய்ப் படித்தால் புரியும் வரிகள் உள்ளன. 8ஆம் வரியில் ஒரு கூட்டம் ஆட்களும் வருகின்றனர். அடுத்து தொடரும் வரிகளில் வரும் விவரங்கள்: காமிரா படம்பிடிக்க 'அவர்' சொற்பொழிவை ஆரம்பித்துவிட இடையில் எந்திரத் துப்பாக்கி வெடிக்க, உலகம் ஸ்தம்பித்து நின்றுவிட அவனைச் சுற்றியும் அவரைச் சுற்றியும் கூட்டம் கூட, அவர் சொற்பொழிவாற்றிய கூட்டம் முடிவுக்கு வந்தது. அவன் பிணம் கடலில் கிடந்தது; மீன்கள் கொத்த ஆரம்பித்தன. இவற்றை எல்லாம் தூர நின்று ஒருவன் பார்க்கையில் குழந்தைகள் அழுவது போல் குரலை நினைவுகொண்டு தன் உறவுகள் குடும்பம் எல்லாம் நினைவுக்கு வர, இவை நகைப்புக்குரியதென எண்ணுகிறான்.[5] இது கவிதை உள்ளடக்கம்.

இங்கு, கேசவன் மரபான ஒற்றைமுக வாசிப்பை மேற்கொள்வதால், கவிதையை இரண்டாய்ப் பிரித்து ஒரு சிறு பகுதிக்கு (வெறும் 7 வரிகள்) தவறான பொருள் தருகிறார். ஒருவனது மனம் தற்கொலைக்கும் வாழ்வுக்கும் இடையில் ஊசலாடுகிறது என்கிறார். நான் சொல்லும் பொருள் வேறு. நான் மொத்தம் 21 வரிகளையும் ஒட்டுமொத்தமாய் எடுத்துப் பொருள் கூறுகிறேன். நான் கூறும் பொருள் கவிதையின் உரையாடல் பண்பை அடிப்படையாய் கொண்டது. உரையாடல் என்றால் உரையாடலைத் தாண்டியது. இருவரின் நாடக உரையாடலுக்கு உள்ளே மொழியின் தீரா விளையாட்டுக் காணப்படுகிறது. இருவரை உரையாட வைப்பது மொழியா, இரு நபர்களின் சந்திப்பா? உள்ளேயிருக்கும் மொழி இருவருக்கும் இடையே தூண்டுதல் செய்து ஊக்குவிக்கிறது. பழந்தமிழ் படித்தவர்கள் கூற்று என்று கவிதையிலும் இலக்கணத்திலும் ஒரு விஷயத்தைக் கூறுவார்கள்.[6] அதனை விரிவாக்கம் செய்தால் தமிழ்ப் பண்புள்ள சிந்தனையை நாம் வளர்த்தெடுக்கலாம்.

நான் ஆத்மாநாம் கவிதையில் 21வரிகளில் இரண்டு சொற்களை எடுத்துக்கொள்கிறேன். ஒன்று, 'அவன்' என்ற சொல், இரண்டு

'அவர்' என்ற பன்மைச் சுட்டுச் சொல். இந்த இரண்டு சொற்களும் கவிதையை நுட்பமான தளத்தில் இயக்கமுறச் செய்கின்றன. விட்டத்தில் பார்த்துத் தற்கொலை செய்ய யோசிப்பவன் அவன். பின்பு பஸ்ஸில் விரல்களை உடைத்து மீண்டும் பயணம் செய்பவனும் அவன். இரண்டு செயல்களையும் 'அவன்' செய்கிறான். மூன்றாவது (8-வரியிலிருந்து) பகுதியான கேசவன் உதாசீனப்படுத்திய பகுதிதான் முக்கியம். அங்கு 'அவர்' என்று இன்னொரு நபர் வருகிறார். அவர் காமராமுன் நின்று ஆரம்பித்து விடுகிறார். அதற்காகக் காத்துக்கொண்டு ஒரு கூட்டம் இருக்கிறது. இடையில் துப்பாக்கிச் சூடு; யார், எதற்கு, யாரைச் சுட்டார் என்பதுபோன்ற எந்தத் தகவலும் கவிதையில் இல்லை. துண்டு துண்டாகத் தகவல்கள் தரப்படுகின்றன. பல செய்திகள் வாசிப்பவரின் யூகத்துக்கு விடப்படுகின்றன. கூட்டம் முடிந்த பிறகு அவரைச் சுற்றி ஒரு கூட்டம் இருக்கிறது.

ஆனால் அவன் உடலைச்சுற்றி, கடலில் மீன்கள் கடிக்கின்றன. நீண்ட நிகழ்ச்சிகள் இத்துடன் முடிகின்றன. அவன் உடல் கடலில் வீசப்பட்டிருக்கலாம். சுடப்பட்டது அவனாக இருக்கும். இப்படி அவனும் அவரும் கவிதையின் இரண்டு பாத்திரமாக்கப் படுகின்றனர். கேசவன் முழுக்கவிதையையும் பயன்படுத்தாமல் வெறும் ஏழு வரிகளைக் குதிரைபோல் பயன்படுத்தித் தன் பொருளை அக்குதிரையின் மீது பொதி தூக்கிவைத்துவிட்டுக் குதிரையே ஓடு என்கிறார்.

இந்தக் கவிதையில் 'அவன்', 'அவர்' என இரண்டு மொழித் தளங்கள் இயங்குகின்றன. அவன் கடைசியில் கடலில் பிணமாக, மீன்கள் அவனுடலைத் தின்னும்படியாகிறது. 'ன்' என்ற ஒருமையும் 'ர்' என்ற மதிப்புள்ள ஒருமை முடிபும் எதிரும் புதிருமாய் அர்த்தங்களை உற்பத்தி செய்கின்றன. 'அவர்' காமராமுன் கூட்டத்தில் நின்று, மதிப்புக்குரியவராக்கப்படுபவர். 'அவன்' தற்கொலை செய்யலாமா என யோசித்துப் பேருந்தில் போய் கடைசியில் 'அவர்' கூட்டத்தில் கலந்து பின்பு கடலில் பிணமாய்க் கிடக்கிறான். இருவேறு உலகங்கள் கவிதையின் உள்தளத்தில் மொழிச்சலனமாகின்றன. மேலும் கீழுமாய் தெளிவில்லாத தகவல்கள் மூலம் மொழி இழைகளும், ஒலித் துணுக்கும் அர்த்தத் துணுக்கும் கிடந்து ஒன்றோடு ஒன்று

மோதுகின்றன. கடைசி வரிகளான குழந்தைப் படிமம் மூலம் எல்லாம் இழந்துபோய்விடவில்லை; அழிந்துபோகவில்லை, இன்னும் நாளைய உலகம் என ஒன்று இருக்கின்றது எனக் கவிதை முடிகிறது. வன்முறையான உலகு, குழந்தையின் குரல்வழி ஓரளவு நம்பிக்கையை சூசகமாய்ச் சுட்டி முற்றுப்பெறுகிறது.

இங்கு உரையாடலின் மொழி விளையாடுகிறது. அது நடத்தும் உரையாடலில் இருவரின் மொழியென, இரண்டாய், சப்தமாய், மொழியாய், பல்வேறு தகவல்களாய் (விட்டம், தூக்கில், பேருந்து, விழுந்தவிரல், கூட்டம், காமரா, துப்பாக்கி, கடலலை, குழந்தை என) மனதில் மௌனங்களையும் முழக்கங்களையும் எழுப்புகிறது.

இங்குப் பக்தின் என்ற சிந்தனையாளர் திருவிழாவின் குழப்பம், அலங்காரம், இரைச்சல், கால்கள் மாறிமாறி உரசுதல், இடையிடையே மகிழ்ச்சி போன்ற நிகழ்வுகளைத் தனது மொழிதல்—உரையாடல் கற்பனையின் (டயலோஜிக் இமேஜினேசன்) அடிப்படையாய் கூறுவதை நான் என் எடுத்துக்காட்டுக் கட்டுரையில் விரிவாய் சொல்லியிருப்பேன்.

மொழியைப் பற்றி விஞ்ஞான ஆராய்ச்சியாளன் அறிய ஆசைப் படும்போது அவன் மொழியின் இறுகிய வடிவங்களைத் தேடித் தேடி சேமிப்பான். பின்பு தன் பட்டறையில் வைத்துச் சிறுசிறு துண்டுகளாய் உடைத்து அதன் குணத்தை விதிமுறைகளாய் வரிசைப்படுத்துவான். கவிஞன் அப்படியல்ல; அவன் கொந்தளிப்புகள், பித்தநிலைகள், புரியாமைகளின் சூழ்நிலை களை அறிகிறவன்; உணர்கிறவன். வாசகனுடனும் தன்னுடனும் ஏற்படும் சச்சரவுகளை மொழி காலங்காலமாய்ப் பாதுகாப்பதை அறிந்தவன். மொழியைச் சந்திப்புகளின் ஆவணமாய்க் காண்பவன்; இயற்கை, மனம், ஆகாயம் என எல்லையில்லாததை எல்லாம் 'மொழியாய்' அறிபவன். நீ, நான் என்கிற எல்லைக் கற்களில் அடக்கப்படும் அகண்டாகாரம் அவனைக் கவர்ந்திழுக்கும்.

மார்க்சியம், மொழியை அதன் சகல பரிமாணங்களிலும் காண்பதாகும். சொல்லையும், வாக்கியத்தையும் தாண்டியும் அர்த்தம் பரவும். அது மனிதகுலச் சரித்திரத்தை அளக்கும் ஓர் அளவீடு. அந்த வகையில் மொழிதல் கோட்பாடு சார்ந்த மார்க்சியம் ஒரு புதிய பரிமாணத்தைத் தருகிறது. கைலாசபதி

பற்றிய கட்டுரையில் சுட்டிக் காட்டிய பாசிட்டிவிசமல்லாத மார்க்சியம் இன்னொரு பரிமாணத்தைத் தருகிறது.

இரண்டும் தமிழிலக்கியவாதிகளுக்கு வேண்டும். அதற்கான இரண்டு முயற்சிகளே என் இரண்டு கட்டுரைகளும். ஏதேனும் ஒரேயொரு பார்வை மட்டுமே போதும் என்பதைத் தமிழ் போன்ற அன்றிலிருந்து இன்றுவரை காட்டாறாய் ஓடும் மனித உணர்வுப் பிரவாகம் ஏற்காது. அதன் கட்டுமீறிய பிரவாகம் கட்டுமீறிய மார்க்சிய வாசிப்பு முறையையே விரும்பும்.

குறிப்புகள்

1. கைலாசபதி: பாசிட்டிவிசமும் பட்டுக்குஞ்சமும். பார்க்க: தமிழவன் கட்டுரைகள் II, காவ்யா, 2010.
2. *Ibid. p. 132.*
3. லூக்காக்ஸ், ஜார்ஜின் *வரலாறும் வர்க்க உணர்வும்* என்ற நூல் தமிழில் மொழிபெயர்க்கப்பட்டு, பாரதி நூலகம் மூலம் வெளியாகியுள்ளது.
4. தமிழவன், *மொழிதல் கோட்பாடும் தமிழும்*, மேலும், 2012.
5. கழிவறை விட்டத்தைப் பார்த்தான்.
தூக்கில் அவன் தொங்கப் போவதில்லை.
எனினும் பார்த்தான்.

பேருந்துகம்பிக்கு வெளியே அவன்கை
பிய்த்துக்கொண்டு விழுந்தன விரல்கள்.
சிலிர்த்து விரல்களைச் சேகரித்து
தொடர்ந்தான் மேலும் அவன் பயணம்.

கூட்டம்காத்துக் கொண்டிருந்தது
அவரும் ஆரம்பித்துவிட்டார்.
காமிராக்கள் இயங்கிக் கொண்டிருந்தன.
திடீரென இயந்திரத் துப்பாக்கி;
நின்றுவிட்டதுஉலகம் ஒரு கணம்
அவனைச் சுற்றி ஒரு கூட்டம்
அவரைச் சுற்றி ஒருகூட்டம்
அவனுக்குள் தொடர்ந்து ஒரு கணம்
கூட்டம் முடிந்து அவரைச் சுற்றி ஒரு கூட்டம்.

6. பழந்தமிழிலுள்ள கூற்றை ஒரு தத்துவமாய் நீட்சிப்படுத்த, பக்தின் என்ற சிந்தனையாளரின் கருத்துகளோடு இணைத்து, தமிழ்ப் புதுக்கவிதைகளும் உரைநடையும் சேர்த்துச் சிந்திப்பதை அறிய, பார்க்கவும்: தமிழவன், *மொழிதல் கோட்பாடும் தமிழும் (2019)* என்ற மேலும் (பாளையங் கோட்டை) வெளியிட்ட நூல்.

15

இக்காலப் புலம்பெயர் இலக்கியம்

தேச அமைப்புகள் உருவாகி அதன் பல்வேறு பரிமாணங்களையும் பெறும்போது ஏற்படும் முக்கியமான பிரச்சினை தேச அமைப்பை மீறுவதாகும். புலம்பெயர்தல் தேச அமைப்பை ஏதோ ஒரு வகையில் மீறுவதாகும். உள்நாட்டுப் போர்கள், பஞ்சம், பட்டினி அல்லது வேலையின் பொருட்டு அல்லது சரித்திரக் காரணங்களின் (இதில் நாடுகள் சுதந்திரம் பெறுவதும் புதிய ஆட்சி ஏற்படுவதும் கூட அடங்கும்) பொருட்டுத் தேசத்தையும் பிறந்த மண்ணையும் விட்டுப்பெயர்தல் ஏற்படுகிறது. இவ்வாறு நிலம்பெயர்ந்து வாழ்தல் புதிய பிரச்சினைகளை எற்படுத்துவதோடு புதிய உலக உண்மைகளையும் ஏற்படுத்துகிறது. இப்படிப் பெயர்பவர்கள் புதிய மண்ணில் வாழ்க்கையை, தமது குடும்பத்தை நிலைநாட்டும் போது புதுப்புது உணர்வுகள், மனநிலைகள், வரலாறுகள், ஞாபகங்கள், உலகப் போக்குகள் படைக்கப்படுகின்றன. (இவற்றை ஆங்கிலச் சொற்களால் தங்களுக்குள் *Diaspora, International, Expatriate, Exile* என்றெல்லாம் பரிமாறிக்கொள்கிறார்கள் ஆய்வாளர்கள்)

இத்தகைய புலம்பெயர் நிலைமை பற்றிய ஆய்வுகள் தமிழில் அதிகம் இல்லை. ஆனால் சமீபகாலப் பல்கலைக்கழக ஆய்வாக மானுடவியல், அரசியல், வரலாற்று, இலக்கியவியல் துறைகளில் மேற்கில், மிகுந்த அக்கறையுடன் நடத்தப் பெறுகின்றது. எனினும், புலம்பெயர் நிலைமைக்குத் தமிழ்ச்சமூகம் பல காலமாக ஆளானது என்பது உண்மை. தென்னிந்தியாவிலிருந்து இலங்கைக்கும் தென் ஆப்பிரிக்கா, பிஜி, மேற்கிந்தியத் தீவுகள்,

பர்மா, மலேசியா என்று புலம்பெயர்ந்தார்கள். இதுபோல் அடுத்த கட்டமாக ஐரோப்பிய நாடுகள், அமெரிக்கா, ஆஸ்திரேலியா, கனடா என்று தென்னிந்தியாவிலிருந்தும் தமிழீழத்திலிருந்தும் புலம்பெயர்ந்தார்கள்.

இந்தப் புலம்பெயர் நிலைமையை விளக்கும் இலக்கியங்கள் இன்று போதிய அளவில் எழுதப்பட்டுள்ளன. அவற்றைப் பற்றிய இந்த ஆய்வில் ஈடுபடும் முன்பு நாம் சில கருத்தாக்கங்களைப் பற்றிக் குறிப்பிட்டுத் தெளிவு பெறவேண்டும். வலைப் பின்னல்களில் பொதுவாய் பலராலும் பலவிதமான புரிதல்களுடன் புலம்பெயர் நிலைமைசார்ந்த கருத்தாடல்கள், விவாதங்கள், வலியுறுத்தல்கள் முன்வைக்கப்பட்டு வருகின்றன. எனினும், இக்கட்டுரை இவற்றில் வெகுசில வரையறைகளையே பயன் படுத்தி தன் கருத்தியல் உலகை முன்வைக்கிறது. பொதுவாக, புலம்பெயரியம் பற்றிய சர்ச்சைகள் பின்வரும் கருத்தாடல்களை முன்வைப்பதுண்டு.

உலகமயமாக்கம் (*குலோபலைசேஷன்*) வேறு; புலம்பெயர்தல் வேறு. உலகமயமாக்கத்தில் பொருளாதார அலகுகள் (*எகானாமிக் யூனிட்ஸ்*) மற்றும் தொழில்நுட்பக் கூறுகள் சம்பந்தப்பட்டிருக்கும் போது 'புலம்பெயரியத்தில்' ஒரு வாழ்வியக்கம் சம்பந்தப் பட்டிருக்கிறது என்ற வரைவிலக்கணம் பயனுள்ளது. அதாவது ஒரு நாட்டை விட்டுப் புலம்பெயர்ந்தவர்களின் வாழ்வில் ஞாபகம், கனவு, நினைவேக்கம் (*நாஸ்டால்ஜியா*), பிரிவால் ஏற்படும் மன உளைச்சல், புதிய நாடுதரும் ஆசைகள், புதிய அனுபவங்கள் இப்படியொரு கலப்பான மன எதார்த்தம் தோன்றுகிறது.

இதுபோல் வேறொரு அம்சமும் தொழில்படுகிறது. புதிய உலகம் அல்லது புதிய நாடு தனது அல்லது தனது குடும்பத்தின் எதிர்காலத்தோடு இணைக்கப்படும் போது, அங்கொரு மேல்-கீழ் என்ற அடுக்கதிகாரம் (*ஹைராக்கி*) ஏற்படுகிறது. அதில் தனது புதிய நாடு ஒளியாகவும், தன் பழைய நாடு அல்லது தன் பிறப்பிடம், ஓரளவு இருளாகவும் மனதில் பதிவுறுகின்றன. தனது குழந்தைகள் ஒளிரும் நாட்டிலும் தனது தாய்தந்தை, உறவுகள் தன் இருள்சூழ் நாட்டிலும் வாழ்வது தெரிகிறது. ஆக, பிறப்பிடம் கடந்துபோன தாகவும் வாழ்விடம் நிகழ்காலமாகவும் ஆகிறது.

அதாவது காலம் தனது பரிமாணத்தைப் பழையது/புதியது என்று பிரித்து எதிரிணையைப் படைக்கிறது. நாடு இரண்டு படுகிறது. எனவே, இந்தப் புலம்பெயரியல் ஆய்வு எப்போதும் தவிர்க்க இயலாமல் இரடைக் குடியுரிமை (*டுவல் சிடிசன்சிப்*) பற்றிப் பேசும் புதுச் சிந்தனையாகிறது. இந்த வித ஆய்வு அர்ஜுன் அப்பாத்துரை போன்ற ஆய்வாளர்களுக்குக் கற்பனையிலிருந்து மிகவும் வேறுபாடுள்ளதல்ல.[1]

பல சிந்தனையாளர்கள் புலம்பெயரியம் பற்றிச் சிந்திக்கும் போது, முன்னாலும் பின்னாலும் முகங்கொண்டு பார்க்கிற ஒரு கிரேக்கத் தேவதையான ஜேனஸ் பற்றி பேசுவதை இங்கு நாம் நினைவுகொள்வது நம் சிந்தனைக்கு ஓர் அகில உலக முக்கியத்துவத் தைத் தரும். இந்த உருவகம் (*மெட்டஃபோர்*), ஒற்றைமுக கருத்தாக்கங்களால் நாடுகடந்த உண்மைகளைப் பேசுவதிலுள்ள கஷ்டத்தைச் சுட்டிக்காட்டும். எனவே, இந்தத் துறையில் ஆய்வு களின் முறையியல் (*மெதடொலொஜி*)கூட, புதியனவாக இருக்க வேண்டும் என்பது முக்கியமாகிறது.

அடுத்ததாக, இடம் பற்றிய பெயர்ப்பு (*டிஸ்லோகேசன் ஆஃப் சைட்*) பற்றி யோசிக்க வேண்டும். அதாவது இடம், தனது முந்தைய காலத்தோடும், அதுபோல் தனது இன்றைய காலத்தோடும் முதன்முதலாகத் தொடர்புறுகிறது. அதனால் மனித உணர்வு, அதன் வரலாறு, ஞாபகம், கற்பனை முதலியன எந்த முன்மாதிரியும் அற்றதாகிறது. அதாவது முந்தைய காலத்திலும் இன்றைய காலத்திலும் ஒரே நேரத்தில் இருக்கிறான் நாடுபெயர்ந்தவன். இது புரிதலுக்கு ஓர் இருண்மையையும் வளைவுசுழிவுத் தன்மை யையும் ஏற்படுத்துகிறது. ஒன்று இன்னொன்றை நிரந்தரப் போட்டியிலே (*பெர்பெசுவல் கண்டஸ்டேசன்*) வைக்கிறது. இறுகிப் போன கருத்தாக்கங்களாய் எதையும் பார்க்கக்கூடாது.

நம் கவனத்திலிருந்து பிசகக்கூடாத இன்னொரு சிந்தனை, நம் தன்னிலைகள் (*சப்ஜெக்டிவிடீஸ்*) பற்றியது. தன்னிலை என்பது மனித ஆன்மா அல்ல. மனிதனின்/மனுசியின் உள்ஆளுமை அது. அது முக்கியமாக, பொருள்மயமானது என்றனர் அமைப்பியல் சிந்தனையாளர்கள். நாம் பேசுகின்ற மொழிகளின் பொது அமைப்பால் உருவானது தன்னிலை. இந்தத் தன்னிலை எழுதப்

படுகின்ற பிரதியில் (டெக்ஸ்ட்) அமைந்திருக்கின்ற விதம் பற்றிய ஆய்வு புதிய உண்மைகளைப் பிரதிகளிலிருந்து நமக்குக் கொண்டுவந்து தருகிறது.

பியரி மாஷெரி போன்ற பிரெஞ்சு நாட்டுச் சிந்தனையாளர்கள் எழுத்தை ஒருவித உற்பத்தியாகப் பார்த்துள்ளனர். அதுபோல் புலம்பெயர்வியல் ஆய்வாளர்கள் புலத்தில் உள்ள வாழ்வு என்பதை ஒரு கலாச்சார உற்பத்தியாகப் பார்க்கிறார்கள். அதாவது பெயர்ந்து வாழ்வது என்பது ஒரு கலாச்சாரத்தைவிட்டு இன்னொரு கலாச்சாரத்தைத் தழுவுதல் அல்ல. இரண்டு கலாச்சாரங்களும் முடிந்துபோனவையோ, கல் போன்று இறுக்கமானவையோ அல்ல. மனிதர்கள் அந்தக் கலாச்சாரத்தில் உயிர்வாழும் போது அவ்விரு கலாச்சாரக் களங்கள் தம்மை உற்பத்தி செய்கின்றன. அவை செயலில் இருக்கின்றன. இது முக்கியமான காரியமாகும். இதனை நாம் புலம்பெயர்ந்தவர்கள் எழுதும் எழுத்தில் எதிர் கொள்கிறோம். கலாச்சாரம் எப்படி உற்பத்தியாகிறது என்று அறிகிறோம்.

3

மேலே விவரிக்கப்பட்டுள்ள பண்புகளைப் பொதுவாகப் புலம் பெயரியம் பற்றிய கருத்தாக்கங்களாக இன்றைய அகில உலகச் சிந்தனையாளர்கள் முன்வைக்கிறார்கள். இந்தப் பின்புலப் பரிச்சயத்துடன் தமிழ்மொழியில் புலம்பெயர்ந்தவர்களின் இலக்கியம் எப்படி வடிவமைப்புக் கொண்டு வருகிறது என்பதைப் பார்க்கலாம்.

இந்தக் கட்டுரை புலம்பெயர்ந்த எழுத்தாளர்களாக எஸ். பொன்னுத்துரை, அ. முத்துலிங்கம், பொ. கருணாகரமூர்த்தி, ஷோபா சக்தி, மெலிஞ்சிமுத்தன் ஆகிய ஈழத்தமிழ் எழுத்தாளர் களையும் அதுபோல் காஞ்சனா தாமோதரன் என்ற அமெரிக்கா வாழ் எழுத்தாளரையும் நாகரத்தினம் கிருஷ்ணா என்ற பாரிஸ் வாழ் எழுத்தாளரையும் அணுக விழைகிறது. இவர்கள் அத்தனை பேரும் நாவல், சிறுகதை என்ற இரண்டு இலக்கிய உரைநடை வடிவங்களைப் பயன்படுத்தி எழுதக்கூடியவர்கள். எனவே, மிகவும் குறுகிய இரண்டு இலக்கிய வடிவங்களைக் கையாளும் எழுத்தாளர்கள்—அதுவும் வெறும் உரைநடை வெளிப்பாட்டில்

இன்றைய காலகட்டத்தின் அகில உலகப் பரிமாணம் கொண்ட ஒரு புதிய வாழ்முறைத் தன்மையை எப்படி உருவம் பெற வைக்கிறார்கள் என்ற நோக்கில் இக்கட்டுரை ஆய்கிறது.

இருதலைக்கொள்ளி வாழ்க்கை

பொதுவாகப் பார்க்கும்போது இந்த எழுத்தாளர்கள் எல்லோரிடமும் இரு நாடுகளுக்கிடையில் நடத்தும் ஒரு வகை இருதலைக்கொள்ளி வாழ்க்கை நிலை ஏற்பட்டிருப்பது மிக மேம்போக்காகப் பார்ப்பவர்களுக்கே தெளிவாகத் தெரியும். இந்த இருவகை நாடுகளும் ஒரே தரத்தவையாக எழுத்தாளர்களிடம் இல்லை. பிறந்த நாடு என்பது ஒரு வகை விதைபோல் இந்த எழுத்தாளர்களிடம் செயல்படுகின்றது. இங்குக் குறிப்பிட்ட எழுத்தாளர்களிடம் ஈழமும் இந்தியாவின் பகுதிகளான தமிழ்நாடு என்ற மாநிலமும் (காஞ்சனா தாமோதரன்) பாண்டிச்சேரி மாநிலமும் (நாகரத்தினம் கிருஷ்ணா) தாய்ப்பூமி (ஹோம்லாண்ட்) என்னும் விதை நிலமாகின்றன. ஒரேவித விதை இருவித நிலங்களில் வேறுபட்டு வளர்வதுபோல் தாய்நிலத்தின் உறவும் ஞாபகமும் பிள்ளைப்பருவமும் சரித்திரமும் எதார்த்தமும் அதுபற்றிய கனவும் அதுபற்றிய படிப்பறிவும் அங்கு நடக்கும். தற்கால வாழ்வும் போராட்டமும் சமாதானமும் இன்னொரு நாட்டின் 'தற்சமயத்துடன்' பின்னிப் பிணைகின்றன. இருநாடுகளின் உறவும் சரளமானதோ, கொள்வினை கொடுப்பினை உறவோ, பயணி ஒருவரின் உறவோ இல்லை.

ஆங்கிலத்தில் இன்று பலர் எழுதுவதுபோல் (ஸல்மான் ருஷ்டி, ஷ்யாம் செல்லத்துரை, நைப்பால், சிவானந்தன், ரோஹின்டன் மிஸ்ரி முதலியோர்) அமையாமல், இரு தேசங்களில் காலூன்றி இதயத்தின் மொழியான தாய்மொழியில் எழுதும் எழுத்து அகில உலக முக்கியத்துவமுள்ள புதுமனோநிலைகளைக் கண்டுபிடிக்கும் காரியமாகும். தமிழர்கள் என்ற பழம்பெருமை கொண்டு, காலம் காலமாகத் தனது பிறந்த பூமியை மறக்காமல், அந்தப் பூமியின் நினைவிலிருந்து தன்வாழ்வுக்குப் புதிய உந்துதலையும் புதுப் பொருளையும் காணும் இனம் ஒன்று நிலம்பெயர்ந்து வாழ்தலில் அடையும் அனுபவம் வெறும் இலக்கியத்துறை ஆய்வுப் பொருண்மை மட்டுமல்ல. இந்த எழுத்தாளர்கள் சென்று வாழும்

நாடுகள் ஐரோப்பா, ஆஸ்திரேலியா, கனடா போன்றவையாதலால் இது அனைத்துலகப் பண்புமாற்றம் பற்றிய ஆய்வில் முக்கியமான தரவாகவும் அமைகிறது. எனவே, இலக்கிய வரையறைகளை மட்டும் கருத்தில் கொண்டு அத்துறையின் குணவியல்புகளுக்கு ஏற்ப தென்கிழக்காசியாவின் மாற்றம் பற்றிய ஓர் ஆழமானதும் பொருள் பூத்ததுமான ஆய்வாகவே இது அமையும்.

இங்குப் பெருவாரி எழுத்தாளர்கள் ஈழத்தமிழ் எழுத்தாளர்களாக இருந்தாலும் அமெரிக்காவிற்குப் பணியின் பொருட்டுப் புலம்பெயர்ந்த மிகமுக்கியமான எழுத்தாளரான காஞ்சனா தாமோதரனின் புது இலக்கியப் பரப்பும் ஆழமும் அவரை ஓர் அனைத்துலக புலம்பெயர் எழுத்தாளராக (ஆனால் எழுதுவது தமிழில்) அடையாளம் காணத் தூண்டுகிறது. அதுபோலவே நாகரத்தினம் கிருஷ்ணாவும் பாண்டிச்சேரி என்ற பிரெஞ்சு நாட்டுக் காலனி ஒன்றின் தமிழ் எழுத்தாளராய் இன்றைய அனைத்துலகப் பரிமாணம் கொண்டு விளங்குகிறார். அனைத்துலக இலக்கிய அடையாள அளவுகோலால் அவரை அளக்க வேண்டியதன் தேவையைத் தமிழரங்குக்குக் கொண்டு வருபவராய் தனித்து விளங்குகிறார். இவ்விருவரின் எழுத்துகள் பற்றிய சர்ச்சையோ முக்கியத்துவமோ இன்றைய தமிழிலக்கியச் சூழலில் இல்லாதது இவ்விருவரின் எழுத்தின் கோட்பாட்டு அறிவு தமிழிலக்கியச் சூழலில் இல்லாததால் என்றும் கூறலாம். எனவே, 'தமிழ்ப்புலம் பெயரியம்' ஒரு கோட்பாடாய் வடிவப்படுத்தப்படுவதும், அதை ஒரு பொது இலக்கிய விவாதத் தர்க்கமாய்க் கொண்டுவரும் அவசியத்தை ஏற்படுத்துவதும் இன்றைய தமிழின் நிலையை அனைத்துலக மட்டத்துக்குக் கொண்டுவருவதோடும் பிணைந்ததாகும்.

இவ்விரு படைப்பாளிகளில் காஞ்சனா அவர்கள்[2] எதார்த்த இலக்கிய நடை மூலம் உச்சமான இடங்களைத் தொடுவதும், கிருஷ்ணா, பன்மைக் கதையாடல் (*மல்டி லெவல் நரேஷன்*) மூலம் தன் நாவலைத் தொடங்கி மேலெடுத்துச் செல்வதும் காணக் கூடியதாகும்.[3] அ. முத்துலிங்கம், மெலிஞ்சி முத்தன் போன்ற கனடா வாழ் எழுத்தாளர்களும் பொ. கருணாகரமூர்த்தி என்ற ஜெர்மனி வாழ் எழுத்தாளரும், ஷோபாசக்தி என்ற பிரான்ஸ்வாழ் எழுத்தாளரும், எஸ். பொன்னுத்துரை என்ற ஆஸ்திரேலியா வாழ் எழுத்தாளரும் தத்தம் இலக்கியங்களை வேறுவேறு கதை

சொல்லல்முறைகளால் கட்டமைக்கிறார்கள். முத்துலிங்கம் (கனடா) நாவல் (பார்க்க முன்னுரை) என்று அழைக்கும் ஒருவித கதைக்கோர்வையை *உண்மை கலந்த நாட்குறிப்புக்கள்* என்ற பெயரில் தந்துள்ளார்.[4] எஸ்பொ அவர்கள் (ஆஸ்திரேலியா) *மாயினி* என்ற நாவலாய் ஓர் இலங்கைச் சரித்திரத்தை மறுவரைவு செய்கிறார்.[5] ஷோபாசக்தி தனது நாவல்மூலம் இலங்கையின் தமிழ்ப்போரை உள்ளடக்கமாக்குகிறார்.[6] கருணாகர மூர்த்தி பல்வித வடிவங்களில் ஈழத்தையும் தமிழகத்தையும் பெருவாரியாக எழுதுகிறார்.[7] மெலிஞ்சிமுத்தன் என்ற எழுத்தாளர் தான் கண்ட புதுஉலகையும் ஈழத்தையும் கதை என்னும் புது அறிதலாய் மாற்றுகிறார்.[8] இங்குக் குறிப்பிட்ட இவர்களின் எழுத்துகள் இக்கட்டுரையில் பயன்படுத்தப்படும் முறையில் பல்வேறு உட்பொருண்மைகளாய் ஆயப்படுகின்றன.

இங்கே குறிப்பிட்ட ஆசிரியர்களை மையமாக்குவதிலுள்ள பிரச்சினைகளைத் தவிர்த்துவிட்டு, மேலே சென்று கற்றலை (*ஸ்டடி*) மேற்கொள்வதும் தேவையில்லை. எஸ்பொ அவர்கள் பிறந்து தன்னாளுமையை உருவாக்கிய நாட்டில் இருக்கும்போதே பல படைப்பாக்கங்களுக்கு ஆசிரியர் அவரே பிறகாலத்தில் வேறொரு நாடு சென்று எழுதும்போது அப்படைப்பு எவ்வாறு புலம்பெயரியப் படைப்பாகுமென்று சிலர் கேட்கலாம். இங்கு *மாயினி* நாவலின் சிறப்பு ஒன்றைச் சுட்டலாம். மிகை எளிமைக்குட்பட்ட கதைசொல்லல்முறை இருந்தாலும் இன்றைய பின்நவீனத்துவ அனைத்துலகக் கதை உத்தியைத் தமிழில் உள்ளிருந்தே *மாயினி* என்ற பிரதி பெற்றுள்ளது. அதாவது வெளியில் இப்படி ஓர் உத்தி இருக்கிறதென்று தேடிச்சென்று அதைக் கற்காமலேயே தன் 'புலம்பெயர் ஆதங்கத்'திலிருந்து (*எக்ஸ்பேட்ரியட் அன்சைடி*) உள்முகமாகத் தன் கதைசொல்லல் உத்தியை நிறுவியுள்ளது இந்த நாவல். இலங்கையின் சிங்கள ஆட்சியதிகாரத்தின் குடும்பங்கள் மற்றும் தனிநபர்களின் கதையைப் பிரதியாக்கம் செய்கிறது *மாயினி*. இதுபோலவே ஏற்கனவே தமிழ் எழுத்தாளராய் வாழ்ந்த அ. முத்துலிங்கம்கூட ஒரு சந்தேகமான புலம்பெயர் எழுத்தாளர்தான் எனச் சிலர் கூறலாம். முத்துலிங்கத்தின் '*உண்மை கலந்த நாட்குறிப்புகள்*' மேற்கொள்ளும் பிரதியாக்க முறை அதை ஒரு புலம்பெயர் நுட்ப

உணர்வுகளை உள்வாங்கிய ஒரு பிரதியாய்க் கருதவைக்கிறது. அந்த நாவல் வேறு நாவல்கள் போன்று எழுதப்பட்டதல்ல. நாற்பத்தாறு இயல்களும் 46 அனுபவங்கள் போல் தொகுக்கப்பட்டவை. நாற்பத்தாறு இயல்களும் ஒரு நபரின் (அதாவது அது முத்துலிங்கமா?) அனுபவமாய் வருகின்றன. நாவலில் கதை சொல்லியின் அனுபவம் வேறு, எழுதுபவரின் அனுபவம் வேறு. நாவல் என்று அழைக்கப்படும் இந்த நூலும் சுய அனுபவத்தைத் தாண்டி இன்னொருவராய் எழுதுபவரைக் காட்டக்கூடிய தொனிகளுடன் பல இயல்களை அமைத்திருக்கிறது. உதாரணமாய் இயல் 41-இல் அமைந்துள்ள காதையில் கதைசொல்லி (ஆசிரியனல்ல) ஒரு பாலஸ்தினியரை முதன் முதலாய்ச் சந்திக்கும் செய்தி வருகிறது. கற்பனையும் உண்மையும் சேர்த்து எழுதப்பட்ட நாட்குறிப்பு போன்ற இந்த நூல் பாலஸ்தினியரை ஒரு கற்பனை யாகவும் படைக்கமுடியும். இந்தச் சாத்தியப்பாடு நாற்குறிப்புப் போன்று கட்டமைக்கப்பட்ட பிரதியை நாட்குறிப்பின் உண்மைத்துவத்திலிருந்து நாவலின் கற்பனைக்குள் கொண்டு செலுத்துகிறது. இந்த உண்மை/கற்பனைதான் தேசக் கற்பனையின் தோற்றுவாய் என்கின்றனர் பெனடிக்ட் ஆண்டர்சன் போன்றோர்.[9]

மற்ற எழுத்தாளர்களின் எழுத்துகளின் உந்துதல், நிலம் பெயர்ந்த வாழ்க்கைக்கும் தாங்கள் ஏற்கனவே எதுவாக இருந்தார்களோ அதற்குமான முரணிலிருந்து தோன்றியவை எனலாம். எழுத்தாளுமை நிலம்பெயரியத்திலிருந்து இங்கு முகிழ்க்கிறது. இதில் பல்வேறு வகைமாதிரிகளை ஒவ்வொரு எழுத்தாளரும் முன்வைக்கிறார்கள்.

பொ. கருணாகரமூர்த்தி, மெலிஞ்சி முத்தன், ஷோபாசக்தி போன்றோரிடத்தில் தங்கள் பிறந்த நாடுகள் பற்றிய கதைகளே தங்கள் கதைகளாக வெளிப்படுகின்றன. கருணாகரமூர்த்தியின் கதையாகிய ‘சிநேகிதனைத் தொலைத்தவன்’ என்ற கதையில் பாலச்சந்திரன் என்ற பழைய நண்பனைத் தேடிக்கொண்டு வரும் கதைசொல்லி, தனது பள்ளிக்கால நண்பனைக் கண்டு பிடிக்கிறதில் பெரிய மகிழ்ச்சி அடைகிறான். கடைசியாகப் பாலசந்திரனைக் கண்டு இளம்வயதில் இருவரும் கழித்த நாள்களை நினைவூட்டும் கதைசொல்லியை நோக்கிப் பாலசந்திரன் தனக்கு யுத்தத்தில் இடப்பெயர்வு ஏற்பட்டதாலும் யுத்தத்தின்

விளைவாலும் ஞாபகமறதி அடிக்கடி ஏற்படுவதைக் கூறித் தன் வாழ்வின் துயரை மறைமுகமாய்த் தெரிவிக்கிறான். கதைசொல்லி ஜெர்மனியிலிருந்து வந்து தனது நாட்களைப் பழைய ஞாபகத்தில் திளைக்கவிட்டுத் திரும்ப நினைக்கையில் 'யார் மச்சான் நீ' என ஒரு கேள்வியைப் போடுகிறான் பாலசந்திரன்.

மெலிஞ்சிமுத்தனின் ஒரு கதையின் பெயர் 'பனி மூடிய நதி' என்பது. வெளிநாட்டில் நடந்து திரிகிற கதைசொல்லி தான் எதற்கு வீட்டிற்குப் போக வேண்டும் என்று யோசிக்கிறான். 'நிலம் முழுக்க பனிகொட்டி வெள்ளை வெளீரெண்டு கிடக்கேக்க ஏதோ ஒரு பிரச்சினையுமில்லாத வெள்ளை உலகத்தில் நடந்து திரிகிற உணர்வுதான் எனக்குள்ள வருகுது' என்று கூறும் கதைசொல்லி தன் கிராமத்தை நினைக்கிறான். பள்ளிக்கூட லீவுநாள்களில் அவனும் அம்மய்யாவும் சேர்ந்து காணி துப்புரவாக்கியதும் அவர் ஆசிர்வதித்துத் தந்த உப்பை வீட்டின் மோட்டு வளையில் கட்டியதும் ஞாபகம் வருகிறது. சிவன் கோயிலடியில் 'ஆமி' இறங்கிவாறான் என்பது கேட்டு இடம்பெயர்கிறார்கள். கடைசியில் அம்மய்யாவின் மனப்பிறழ்வுடன் தன் வாழ்க்கையும் ஒரு மனப்பிறழ்வுதான் என ஞாபகம் கொண்டு கதை முடிகிறது.

ஷோபாசக்தியின் 'லைலா' என்ற கதையும் தனது நாட்டைப் பற்றிய ஞாபகத்தில் புனையப்பட்ட ஒரு கதைதான். இந்தக் கதையானது கதைசொல்லியின் புலம்பெயர் வாழ்க்கையைப் பற்றிக் கூறிவிட்டு ஈழப்போராட்டக் குழுக்களில் இருந்த ஒரு பெண் பற்றிய கதையைச் சொல்கிறது. பிரான்சில் ஆப்பிரிக்கர் களும் அரபுக்களும் சிந்திரோமா நாடோடிகளும் ஆசிய நாட்டவர் களும் செறிந்து வாழும் பகுதியில் கதைசொல்லி பிரான்ஸின் அதிபர் நிக்கோலா சர்க்கோஸியால் சுத்திகரிக்கப்படவேண்டிய ஒரு நபராய் வாழ்கிறான். அவன் வாழ்வது 13 மாடிகளைக்கொண்ட தொடர்மாடி குடியிருப்பு. கதைசொல்லி ஒருநாள் வெள்ளை நாயுடன் ஒரு பெண்ணை லிப்டில் பார்க்கிறான். பின்பு, அவள் முன்பு, ஈழத்தில் ஒரு விடுதலை இயக்கத்தில் இருந்தவள் என்று கதை விரிவடைகிறது. கதைமுடியும்போது அவள் இறந்து இரண்டுமூன்று நாளான பிணத்தை போலீஸ் எடுத்துச்செல்கிறது. சில நாள்களுக்கு முன்பு பாரிஸில் நடக்கும் ஒரு போராட்டத்தில் பிரபாகரன் படத்துடன் பிரஞ்சு மொழியில் உரக்க முழங்குகிறாள்

அப்பெண். போராட்ட இயக்கம் பற்றிய கதாசிரியரின் தேவை இல்லாத நுட்பமான கிண்டல் வெளிப்பட எழுதப்பட்ட கதை. இந்தக் கதை புலம்பெயர் எழுத்துகள் ஒத்தபார்வையுடையன அல்ல என்பதை விளக்குவதுபோல் எழுதப்பட்டுள்ளது.[10]

பல கதைகளைக் கொண்டுவந்து பல மலர்களால் கட்டப்பட்ட மாலைபோல் அமைக்கப்பட்ட புத்தகமான 'உண்மை கலந்த நாட்குறிப்புகளில்' ஒரு கதை எழுத்தாளரின்/கதைசொல்லியின் தந்தை சொன்ன ஒரு வாசகத்தை மையமாக்குகிறது. இலங்கையில் மவுண்லவினியா என்ற கொழும்புக்குச் சற்று தூரத்தில் இருந்த ஊரில் 1958ஆம் ஆண்டு மே மாதம் பண்டார நாயக்கா தனிச் சிங்களம் சட்டத்தைக் கொண்டுவந்ததால் அதனைத் தமிழர்கள் எதிர்த்த போது நடந்த கலவரத்தில் கதைசொல்லியின் குடும்பத்தை ஒரு சிங்களவர் பாதுகாக்கிறார். பிறகு கதைசொல்லியின் குடும்பம் அகதி முகாமுக்குப் போகிறது. சிறுவனான கதைசொல்லிக்குக் கிடைத்த நான்குபேர் நுழையக்கூடிய பெரிய சட்டையுடன் முகாமில் அவன் தஞ்சமடைகிறான். பின்பு நாலு நாள் கப்பல் பயணம் செய்து 'தங்கள் தேசத்துக்கு' (யாழ்ப்பாணம்) செல் கிறார்கள். கதைசொல்லி தான் அகதி முகாமுக்கு விரட்டப்பட்ட போது எடுத்து வைத்துக்கொண்ட ராபின்சன் குருசோ நாவலைக் கப்பல் சத்தத்துக்கிடையே படித்தபடி இருக்கிறான். குருசோ தனியாய் ஆளில்லாத தீவில் பல ஆண்டுகள் வாழ்ந்தவன். மீண்டும் கதைசொல்லி கொழும்பு போகப் புறப்படுகையில் அவரது தந்தை 'ஒரு தடவை அடித்து ருசி கண்டவன் திரும்பவும் அடிப்பான். இது பாதுகாப்பான நாடு. இதை யாரும் பறிக்க முடியாது' என்கிறார். கதை சுவிட்சர்லாந்தில் வெள்ளைக்கார நிருபருக்குத் தமிழ் ஈழத்தின் எல்லை பற்றிக் கொடுக்கும் விளக்கத்துடன் முடிகிறது. கதையின் தலைப்பு: 'ஐயா சொன்னது'.

இங்குக் குறிப்பிடப்பட்ட நான்குவித கதையுண்மைகளிலும் பலவிதமான கருத்தம்சங்கள் பின்னியுள்ளன. 'சிநேகிதனைத் தொலைத்தவன்' கதையில் ஞாபகம் பற்றிய உள்ளடக்கத்தோடு புலம்/பிறப்பிடம் என்ற எதிரிணை தொடர்பு கொள்கிறது. பிறப்பிடத்தின் யுத்தம் பின்னணிக்கரு ஆகிறது. மெலிஞ்சி முத்தன் கதை, புலத்தில் ஏற்படும் நினைவுப்பிறழ்வுடன் பிறப்பிடத்தின் கொடூர போரால் ஏற்படும் அம்மய்யனின்

நினைவுப் பிறழ்வுடன் சம்பந்தப்படுகிறது. 'லைலா' கதை இன்னும் சுவாரசியமாய் யுத்தத்தில் (ஓர் இயக்கச் செயல் பாட்டாளியாய் இருந்ததால்) இலங்கை நாயகி தன் அழிவை உள்ளேற்று ஒருநாள் பாரிஸின் ஒரு மூலையில் கதைசொல்லியின் கேலிக்குள்ளாகிப் பிணமாய் நாறுகிறாள். முத்துலிங்கம் கதையில், கதைசொல்லியின் ஞாபகத்தில் ஐயா சொன்ன வாக்கியம் 'அடிப்பதில் ருசி கண்டவன் நிறுத்தமாட்டான்' என்பது, தனது தாயக நினைவாகிறது. எல்லாக் கதைகளிலும் (ஜெர்மனி- ஈழம்; கனடா- ஈழம்; பிரான்ஸ் -ஈழம்) இருநாடுகளுக்கு மத்தியில் அலைபடும் நினைவு- நினை வின்மை, உடல் (புலத்தில்)-உயிர் (ஈழத்தில்) என்ற இருமுக மனமுரணில் (டென்சன்) ஏற்படும் பல்விதஇழைகள் கதையாடலா கின்றன. கோட்பாட்டளவில் அறிஞர்கள் இருநாடுகளுக்கு மத்தியில் ஏற்படும் மனமுறுகல், உரையாடல் தீர்வுகள் (நெகோசி யேசன்) என விவரணைப்படுத்தப்படும் கருத்துகள், இலக்கிய ஆக்கங்களில் எவ்வாறு இன்னும் ஆழம்பெறுகின்றன என்பதை, இந்த நான்கு கதைகளை உதாரணமாய் வைத்துப் புரிந்துகொள்ள முடிகிறது.

புலம்பெயரிய. (டயஸ்போரா/ட்ரான்ஸ்நேசனல் லிட்ரேச்சர்) இலக்கியம் என்று தமிழ்ச் சூழலில் வழக்கமாய் பேசும்போது, ஈழத்திலிருந்து புலம்பெயர்ந்த எழுத்தாளர்களை மட்டுமே மனத்தில் வைத்து எழுதுகிறார்கள். இன்றைய தமிழ் எழுத்துச் சூழல் மிகவும் ஆழமானதாகவும் அகலமானதாகவும் உள்ளது. தமிழ்த்துறைகள் பழைய இலக்கியம் மீது அதிக முக்கியத்துவம் கொடுத்து அதன் பக்கமாய் சாய்ந்து செயல்படுவதால் தமிழில் எழுதும் எல்லா எழுத்தாளர்களையும் பற்றிய அறிமுகம் இல்லாத சூழலில் இரண்டு பிரத்தியேகமான புலம்பெயர் எழுத்தாளர்கள் காஞ்சனா தாமோதரனும் நாகரத்தினம் கிருஷ்ணாவும் ஆவர். இவ்விருவரும் முற்றிலும் வேறுபட்ட புலம்பெயர் அனுபவம் கொண்டவர்கள். தமிழகத்தின் கலாச்சார, எழுத்துச் சூழலைப் பெரும்பாலும் உள்வாங்காமல் புலம்பெயர்ந்த பின்பு ஏற்பட்ட பன்முக உந்துதலில் இருந்து இலக்கியத்தை ஒரு வாழ்நிலைச் சட்டகமாய் (லைஃப் பாரடைம்), இயல்பில் கண்டிருப்பவர்கள். இது இவர்களுக்கு ஒரு முக்கியத்துவத்தைப் பெற்றுத் தருகிறது. ஈழத்தவர்களின் புலம்பெயரியம் வேறு. இவர்களின் புலம்பெயரியம்

வேறு என்று சொல்லுமளவு இவர்களின் எழுத்துகளின் தத்துவப் பின்னணி மாறுபட்டதாக உள்ளது.

வித்தியாசமான வடிவம்

முதலில் இவ்விருவரின் புனைகதைகளின் ஒட்டுமொத்த வடிவமைப்பே வித்தியாசமாயுள்ளது. காஞ்சனா அவர்களின் *மரகதத்தீவு* என்ற கதைத் தொகுப்பும் நாகரத்தினம் கிருஷ்ணாவின் ஒரு நாவலும் (*மாத்தாஹரி*) இங்கு எடுத்துக்கொள்ளப்படுகின்றன. இவர்கள் இருவரின் புலம்பெயர் காரணமும் வேறு. தாயகத்தில் எந்த இனயுத்தமும் இல்லை. இவ்வாறு முற்றிலும் வேறொரு புலம்பெயரியம் இவர்களின் வாழ்விலும் எழுத்திலும் காணப் படுவதை மறக்காமல் இவர்கள் எழுத்துகளைப் பார்க்க வேண்டும். இலக்கியம் என்பது எழுதப்பட்ட பிரதி (*ரிட்டன் டெக்ஸ்ட்*) மாத்திரமே என்ற நிலைபாட்டைப் புலம்பெயரிய ஆய்வாளர்கள் சற்றுச் சிந்திக்கவேண்டும். இலக்கியத்தையும் வாழ்வையும் சேர்த்து ஒரு பிரதியாகக் கருதி அணுக வேண்டும்.

புலம், *மரகதத்தீவு* தொகுப்பில் எவ்வாறு கட்டமைக்கப் படுகிறது? இந்தத் தொகுப்பின் ஐந்து நீண்ட கதைகளும் புலம்பெயர் இலக்கியம் பற்றிய ஒரு பெரிய கருத்து ஆவணமாகத் தெரிகின்றன. *மரகதத்தீவு* என்ற 42 பக்க கதையின் புனைவும் 'கூபாவுக்குப் போன கியூப அமெரிக்கர்கள்' என்ற இன்னொரு 42 பக்கக் கதையும் மிக வித்தியாசமான கதைசொல்லலை அறிமுகப்படுத்துகின்றன. கெல்லி என்ற இளம்பெண் அமெரிக்கா வுக்கு அயர்லாந்திலிருந்து வந்து குடியேறிய ஒரு குடும்பத்தில் பிறந்தவள். அவள் பல்கலைக்கழகத்துக்குப் போகையில் தந்தை வாங்கிக் கொடுத்த விமான டிக்கெட்டைப் பயன்படுத்தி அயர்லாந்து சென்று அந்த மண்ணையும் தன் தந்தையின் குடும்பத்தையும் முதன்முதலில் பார்க்கும் பரவசத்தையும் கூறி, அதுபோல்,அங்கு அவள் கண்டு லேசாகக் காதல் கொண்ட இளைஞனை மீண்டும் அமெரிக்காவில் காண்பதுடன் கதை முடிகிறது.

'கூபாவுக்குப் போன கியூப அமெரிக்கர்கள்' கதை அமெரிக்காவின் ஒரு பகுதியில் வாழ்ந்த கியூபர்களைப் பற்றியது. அதில் ஒபாமாவுக்கு ஓட்டுப் போடும் தலைமுறையைச் சார்ந்த அடுத்த நாடான அமெரிக்காவில் வாழும் கூப இளைஞர்களும்

இளம்பெண்களும் அங்குப் பிறந்தபிறகு மீண்டும் புரட்சிகர க்யூபாவுக்குத் தேடிச் செல்கிறார்கள். அத்தகைய அமெரிக்க க்யூபர்களையும் அவர்களின் பழக்கவழக்கங்கள், சாப்பாடு, நம்பிக்கை, ஆட்டம்பாட்டமென எல்லாம் மிகத் துல்லியமாய் சொல்லுகிறது கதை. பேத்தியின் பார்வையில் ஒருத்தி அமெரிக்காவுக்கு வந்தேறியாக வந்த இரண்டு தலைமுறைக்கும் கூறுவதாகக் கதை சொல்லப்படுகிறது.

இந்த இரு கதைகளையும் காஞ்சனா சொல்வதற்கு இரு புலம் பெயர்ந்து வாழும் அமெரிக்க இளைஞர்களைத் தேர்ந்தெடுப்பதால் கதை வேறொரு தளத்தில் புலம்பெயர் தத்துவத்தோடு பயணிக்கிறது. தமிழ் எழுத்தில் ஒரு புது-இதுவரை இல்லாத, அம்சத்தைத் தொட்டு ஓர் உயரத்தை எட்டுகிறது. கதைசொல்லிகளான இந்தப் பிரத்தியேகமான பாத்திரங்கள் மூலம் காஞ்சனாவும் தமிழ்க் கலாச்சாரத்தின் புலம்பெயர் அம்சம் பற்றிய வேறு உள்விசயத்தை நம்முன் வைக்கிறார். ஓர் எழுத்தாளர் தன் வாழ்விலிருந்து தன் மொழிக்குள் பிரத்தியேக வழிப் பயணத்தைக் கண்டுபிடிக்கிறார். தன் புலம்பெயர் அனுபவத்துக்குள் தன்னைப் போன்று—இன்னும் சில காலத்துக்கு முன்பே அமெரிக்காவுக்கு வந்தவர்களின் உலகத்துக்குள் அவர்களிடமிருந்து வரும் கதைசொல்லியின் மூலம் புகுகிறார். தமிழ் என்பது ஓர் உலகளாவிய பரந்த வேர்ப் பற்றைக் கொண்டதென சொல்லாமல் சொல்லும் கதை சொல்லலாகிறது இது. வெறும் எதார்த்த நடையில் புனையப்பட்ட இந்தக் கதைகள் கண்ணுக்குத் தெரியாத ஆழமான அர்த்தங்களைப் படைக்க வல்லனவாகின்றன. இவ்விரு வந்தேறி சமூக இளைஞர்களாய், காஞ்சனாவில் உள்ளே இருக்கும் தமிழ்க்குணம், பரிவர்த்தனை அடைகிறது. தமிழ் என்பது குறுகியதல்ல; அகில உலகத்தின் மூலைமுடுக்குகளிலுள்ள பலரின் தாய்நிலத்துக்குத் தமிழனின் தாய்நிலப் பற்று இட்டுச் செல்லும் என்று கதையமைப்பு மூலம் புரியவைக்கிறார்.

மாத்தாஹரி என்ற நாவலின் புனைவும், ஒருமுக கதை சொல்லலைப் பல்வேறு தளங்களுக்கு நகர்த்துகிறது. ஒரு தளத்தில் *மாத்தாஹரி* என்ற பெயரில் அக்காலத்தில் பிரான்ஸ் மற்றும் பிற நாடுகளில் பேசப்பட்ட ஒரு ஐரோப்பியப் பெண்ணைப் பற்றி விளக்குவதும் இந்த நாவலின் கதாநாயகியான பவானி என்ற

வழக்கறிஞர் பெண்மணியை மாத்தாஹரியுடன் இன்னொரு தளத்தில் ஒப்பிடுவதும் நாவல்கதைக்கு வேறுபொருள்களைத் தருகின்றன. இந்த நாவலின் புனைவு வழியாகப் பல நபர்கள் பேசுகிறார்கள். கிழக்கத்தியர் பேசுகிறார்கள். மேற்கத்தியர் பேசுகிறார்கள். மூன்று அல்லது நான்கு தலைமுறையினர் பேசுகிறார்கள். பல்வேறு காலங்கள் பிரதிக்குள் நுழைந்து பேசுகின்றன. புலம் என்பது ஒரு பெரிய வாசல்போல் திறக்கும் போது பலவித அறைகள் உள்ளே இருப்பது தெரிகிறது. ஓரிடத்தில் நாவலாசிரியரும் ஒரு பாத்திரம்போல் நாவலின் பிரதியியல் வெளியில் (*டெக்ஸ்டுவல் ஸ்பேஸ்*) நுழைந்து இப்படிச் சொல்கிறார்.

- ‘பவானி, நீ இன்னுமா இங்கே இருக்கிறாய்? போகவில்லை?’
- இது நான் கேட்க வேண்டிய கேள்வி. அகால நேரத்தில் இப்படி எழுந்து உட்கார்ந்துகொண்டு.
- ‘வேண்டுமானால் இன்னொருமுறை படித்துப்பார்க்கிறாயா? நீ நினைக்கிற மாதிரிதான் மாத்தாஹரியை எழுதிகிட்டு வரேன். சில நேரங்களில் உன்னைப் பத்திச் சொல்றதா, மாத்தாஹரியைப் பத்தி சொல்றதான்னு குழம்பிப் போறேன்.’

இந்த இடத்தில் இரு நாடுகளின் சரித்திரங்கள், கதைசொல் முறைகள், ஒரு நாட்டின் காலனியம், காலனியத்திலிருந்து விடுபட்டாலும் அதன் ஞாபகத்தில் இருந்தும் விடுபடாமை, காலனியத்தின் ஆச்சரியங்கள், ஏமாற்றங்கள், குற்றங்கள், மன்னிப்புகள் எல்லாம் கதையின் இழைகளாய் ஆகின்றன. இரண்டு தேசங்கள் வெறும் வரைபடங்களல்ல. அடுத்த தலைமுறையான ஹரிணி (பவானியின் மகள்) கதையை இழுத்துக் கொண்டு பல்வேறு நபர்களை ஒருமுனைப்படுத்தியபடி பாரிஸில் அலைகிறாள். நாகரத்தினம் கிருஷ்ணாவிடம் மாறுபட்ட புலம்பெயர் இலக்கியம் உருவாவதை இங்கு அறிகிறோம்.

புனைவை ஓர் அந்நியப் பெண்ணின் பெயரில் மையப்படுத்தி, நாவல் அவள் பெயரான மாத்தாஹரியைத் தமிழுலகுக்குப் பறை சாற்றுகிறது. காஞ்சனா அவர்களின் புலம்பெயரியம் ஒருவிதம் என்றால் இரு நாடுகளை ஊடாடவிட்டு கதையமைப்பைக் கொண்டுவந்த நா.கிருஷ்ணா இன்னும் ஒரு காலை, பாரிஸிலும் இன்னொரு காலை புதுச்சேரியிலும் ஊன்றியுள்ள தமிழ் இனக்

கதையாடலைத் தருகிறார். காஞ்சனா தன் கதையாடலை ஓர் உலகப் பொது ஓர்மை (எல்லோரும் வந்தேறிகள்)யோடு இணைக்கிறார். தன்னதிலிருந்து பிறத்தியாரை நோக்கிய அக்கறை அங்கு முகிழ்க்கிறது. ஆனால் நா. கிருஷ்ணாவிடம் தனதும் பிறரதும் பின்னிப் பிணைந்திருக்கும் எதார்த்தத்தின் பல்வேறு கண்ணிகள் முடிச்சவிழ்ப்பதற்காய் வேண்டுகோள் விடுக்கின்றன. புலம்பெயரியம் எவ்வளவு வேறுபட்ட உலகங்களை எல்லாம் திறந்துவிடுகின்றது என்று ஆச்சரியப்படுகிறோம்.

தாய்நாடு பற்றிய தேட்டம்

புலம்பெயர்ந்து வாழும் எழுத்தாளனின் கதைகளில் தன் தாய்நாடு பற்றிய தேட்டம், அவனை முதுகுக்குப் பின்னாலிருந்து தள்ளி உந்துவதுபோல, இன்னொரு அம்சமும் அவனை விரட்டுகிறது. தனது அன்றைய வாழ்நிலையோடு பிணைந்திருக்கிறது எதிர்காலம். எனவே, சென்ற நாட்டை அறிந்துகொள்ளவும் தனது வாழ்வை வளமாக்கவும் விரும்பும்போது அந்த மண்ணில் காலை ஊன்ற விரும்புகிறான். அதனால் சென்று சேர்ந்த மண்ணையும் அவனால்/அவளால் விட்டுவிட முடியவில்லை. பொ. கருணாகர மூர்த்தியின் 'ஒரு கஞ்சனுடன் உல்லாசப் பயணம் போதல்' என்றொரு கதையும் *முட்டர்பாஸ்* என்ற ஜெர்மன் மொழித் தலைப்பைக் கொண்ட கதையும் ஜெர்மன் நிலத்தில் நடக்கும் அனுபவங்களைக் கதையாக வனைகின்றன. முதல் கதை ஒரு நகைச்சுவைக்குரிய வெளியை (ஸ்பேஸ்) தன் எழுத்தில் ஏற்படுத்துகிறது. இது தன் தாயகத்தைத் தவிர எதுவும் தெரியாமல் தமிழர்கள் புலத்தில் வாழ்கிறார்கள் என்ற குற்றச்சாட்டை மறுக்கிறது. கஞ்சத்தனத்துடன் வாழும் ஜெர்மன் வகுப்புத்தோழி பற்றி ஓர் ஈழ மாணவி (*காருண்யா*) ஞாபகப்படுத்துவது போல கதை அமைந்திருக்கிறது. காருண்யா ஈழக் குடியேறியின் மகளாய் ஜெர்மன் மாணவியைக் கஞ்சத்தனமானவள் என்பது புலம்பெயர்ந்தவர்கள் தமக்கான ஒரு வெளியை, நகைச்சுவையை, உணர்வுடன் உருவாக்குகிறார்கள் எனக் காட்டுகிறது. மெலிஞ்சி முத்தனின் *வேருலகு* என்ற கதை 'எனது ஆடைகளைக் களைந்தார்கள்; நாக்கை உயர்த்தி ஆவெனும்படிக் கட்டளையிட்டார்கள்...' என்று தொடங்கி ஐரோப்பாவில் தான் எப்படி அலையநேரிட்டது எனக் கூறும்

பாத்திரத்தை மையமாகக் கொண்டு விளக்குகிறது. பாரிஸ், ஸ்பெயின், மெக்ஸிக்கோ என்று அலைகிற ஒரு புலம்பெயர்ந்த அகதி வாழ்க்கையைக் கூறுகிறது. 'நான் படுத்துக்கிடக்கிறேன். எனது மார்பகங்கள் வீங்கிக் கொண்டு வருகின்றன. எனது ஆண்குறியின் கீழே ஓர் பெண்குறியும் முளைவிடுகிறது...' என்று கதைசொல்லி பாலின அடையாளமற்றவனாக மாறுகிறான்.

புலம்பெயர்ந்தவன் தன் தாயை நினைப்பதுபோல் தாய் மண்ணை நினைக்கிறான். அப்படிப் புலம்பெயர்ந்தும் தன் தாய் மண்ணைப் பற்றி எழுதாத எழுத்துகளில் ஒன்றில் (கருணாகர மூர்த்தி) நகைச்சுவை தோன்றுகிறது அல்லது கதைசொல்பவனின் உடல் ஆணாகவும் பெண்ணாகவுமின்றி மாற்றமடைகிறது. 'ஓர் அமெரிக்க நெடுஞ்சாலைப் பயணம்' என்றொரு கதையை, காஞ்சனா தாமோதரன் எழுதியுள்ளார். இந்தக் கதையையும் ஆசிரியரின் உள்ளடக்கக் கவனம் பிற கதைகள் போல ஐயர்லாந்து என்றோ க்யுபா என்றோ இல்லை. இக்கதை ஆசிரியர் வாழும் அமெரிக்கா பற்றிய கதை. சுமார் 50 பக்கங்களுள்ள இக்கதை நியுயார்க்கின் இரட்டைக் கோபுரத் தாக்குதலில் இறந்துபோன மணி என்பவனின் காதலி—மனைவியின் அனுபவமாய் விரிகிறது. அவள் ஓவியம் வரைபவள். அவள் அமெரிக்காவின் கிராமங் களுக்கு அங்கிருக்கும் பழங்குடிகளின் ஊர்கள்வழி தன் நாயுடன் காரில் ஒரு பயணம் செய்வதுதான் கதை.

அந்தப் பயணத்தில் மணியின் மனைவி பூர்வகுடிகளின் பழங் கதைகளைப் பிரத்தியேகமாய் கேட்கிறாள். அதாவது அமெரிக்கா வின் இடப்பரப்பையும் காலத்தின் நீட்சியை அளந்து அதன் ஆதிவாசிகள் மூலம் அம்மண்ணின் ஆதியையும் தொடுகிறார் ஓவியப் பெண்மணி. 'பழையனவும் புதியனவுமாய் எல்லாரின் கடவுள்களும் கைகோத்து உலாவுகிற' அமெரிக்காவில் ஓராண்டுக்குப் பிறகு செப்டம்பர் 11 மீண்டும் வருகிறது. இந்தியப் பெண் தனது அமெரிக்காவாழ் புலம்பெயர் வாழ்வில் ஓரளவு அமெரிக்கனாகி விடுவதாய் நம்மைப் போன்ற இந்தியர்களுக்குப் படும்போது கதை முடிகிறது. அல்லது ஐயர்லாந்தின் கதை சொல்லியாக மாறும் தமிழ்மனம் அமெரிக்கனாக/ளாக மாறுவதில் முரண் ஏதும் இல்லை என்று கூறலாமா? ஆனால், கதை எழுத்து அசாத்தியமான வலுவுடன் அமைந்து நமக்கு வியப்பைத் தருகிறது.

'முட்டர்பாஸ்' என்ற கதையில் மகிமாவும் ஆனந்தசிவனும் கணவன் மனைவியாய் வாழமுடியாமல் பிரிகிறார்கள். அவர்களின் இரு பெண்குழந்தைகள் தந்தையோடு ஒரு கார்சவாரி செய்கின்றன. குழந்தைகளான பிங்கலையும் சாதனாவும் வழியில் போகிற அதியுல்லாச டிரக் வண்டியை ஜெர்மன் மொழியில் திட்டுகின்றன. பிரிந்துபோன அம்மா கொடுக்கும் இட்லியைச் சாப்பிட்டுவிட்டு போகலாமா எனத் தொலைபேசியில் பிங்கலைக் கேட்கிறாள். தந்தை ஆனந்தகுமார் சரி என்றபின் புறப்பட்டுப் பயணம் வரும்வழியில் அவன் ஒரு பெண்ணுடன் சல்லாபிக்கிறான். அவள் இவன் பெயரின் அர்த்தம் பற்றி கேட்டபோது சதாசிவனாக உல்லாசமாக இருப்பவன் என்று கூறி அவளைச் சேர்த்து அணைக்கிறான். அவனது மகள் தன் தாய்க்கு இவன்மூலம் பிறக்கப்போகும் மூன்றாவது குழந்தைக்கு ஒரு நல்ல தமிழ்ப் பெயர் கேட்கச் சொல்கிறாள். அதற்குப் பார்க்கலாம் என்கிறான் ஆனந்தசிவன்.

இங்கு புதிய நாட்டில் நடக்கும் தமிழ்ப்பண்பாட்டில் வந்து சேரும் முற்றிலும் புதிதான வாழ்க்கை முறையும் ஆனந்த சிவனின் குழந்தைகளிடம் காட்டும் சாவகாசமும் பொ. கருணாகர மூர்த்தியால் எழுதப்படுகின்றன. இது புது உலகம். இந்த எழுத்து மிகப்பெரிய சர்ச்சைகளைத் தந்திருக்கவேண்டும். இவர்களின் உல்லாசம்தான் தமிழ்த்தேசம் ஒன்று நாடிய பிரபாகரனைத் தோற்கடித்ததா?

மொத்தத்தில் இந்தக் கதை எனும் உலகத்தில் ஜெர்மன் மாணவி களின் கஞ்சத்தனம், வேறொரு கதையின் ஆண்-பெண் பாலின மாற்றமாய் விளக்கப்படும் அலைதல், *முட்டர்பாஸ்* கதையில் வெளிப்படும் புதிய தாம்பத்தியம், சாலையைக் கடக்கும் அதி உல்லாச டிரக் வண்டியை ஜெர்மன் மொழியில் திட்டும் பெண் குழந்தைகள், நியுயார்க் இரட்டைக் கோபுரத் தாக்குதலில் இறந்த கணவனின் துக்கம் தாளாமல் அமெரிக்காவை அதன் ஆதிக் குடிகளின்வழி தன் ஓவிய மனத்தில் பதிவு செய்யும் தமிழ்ப் பெண்—இவர்கள் எல்லாரும் தங்கள் பிறந்த இடத்திலிருந்து கொண்டு சென்றவற்றை (பழக்கமாகவோ, நியதியாகவோ, விழுமியங்களாகவோ, நாகரிகமாகவோ இருக்கலாம்) மட்டும் மீண்டும் வாழவில்லை. இவர்கள் சென்ற இடத்தில் ஏதோ

ஒன்றைக் கற்றிருக்கிறார்கள். ஏதோ ஒரு புது அம்சத்தைத் தம்முடையதாகப் படைத்திருக்கிறார்கள். தாம் கொண்டு வந்ததும் அங்குப் பெற்றதும் ஓர் உற்பத்திப் (புரொடெக்சன்) பண்பைப் பெற்றுள்ளன. பழைய உலகமும் புதிய உலகமும் இங்கு ஓர் உரையாடலை மேற்கொள்கின்றன. 21ஆம் நூற்றாண்டில் தமிழுலகம் விரிவடைந்து அகில உலக நாகரிகத்தில் தனக்கும் ஒரு பங்கு இருக்கிறதெனக் காட்டுகிறது. தமிழ்மொழி யாப்பு உடையாத மரபுக் கவிதைகளைக் கைவிட்டுப் புதுக்கவிதையை ஏற்றுக் கொண்டது போல் தொல்காப்பியத்தையும் சங்க இலக்கியத்தையும் பேசிய சமூகம் உலகின் எல்லாத் தலைநகர்களிலும் தன் காலை வைத்து நடனமிட ஆரம்பித்துள்ள போது அதுவரை நினைத்துப் பார்க்காத வாழ்வை எதிர்கொண்டது தவிர்க்க இயலாது.

மொழி

இத்தகைய புலம்பெயர் எழுத்தாளர்கள் தம் தாய்மண்ணைப் பற்றி எழுதாத போது வாழ இடம் கொடுத்த நாட்டை எழுத்தில் கலக்கிறார்கள். பொ. கருணாகரமூர்த்தியின் 'முட்டர்பாஸ்' கதையில் நிறைய ஜெர்மன் மொழிச்சொற்களும் வாக்கியங்களும் வருகின்றன. அதுபோல் நாகரத்தினம் கிருஷ்ணாவின் நாவலில் நிறைய பிரஞ்சு மொழிச்சொற்களும் வாக்கியங்களும் உள்ளன. இது தமிழ்மொழி அமைப்பையும் அதன் அகில உலகப் பரவலின் போது ஏற்படும் உலகமொழிப் பாதிப்பையும் காட்டுகின்றன. இப்படி மெதுமெதுவாகத் தமிழ்ப் பேசப்படும் மனங்களில் புதிய உலக, மொழி, அனுபவக் கூறுகள் நுழைவது ஆய்வுக்குரியது. அதுவும் தமிழில் கலந்தவையாக இதுவரை இருந்த சம்ஸ்கிருதம், பர்ஷியன், அராபிக், ஆங்கிலம் என்ற வரிசையில் இப்போது ஜெர்மனும் பிரஞ்சும் சேர்ந்துகொள்கின்றன. அமெரிக்க வாழ் காஞ்சனா கதையில் ஆங்கிலமொழி எழுத்துகள் கதையில் வருவதற்குப் பதில் கதையாடலின் உடலுக்குள் கதையென்னும் வித்தை மூலம் அமெரிக்க மனத்துள் நடத்தும் பாய்ச்சல் கவனிப்புக்குரியதாகும்.

அழிவு

இன்னொரு முக்கிய சிந்தனையாகப் புலம்பெயர் எழுத்துகளில்

காணப்படும் தாய்நாட்டின் அழிவு என்னும் ஒரு வகை விபரீத உருவகம் (ஹோலொகாஸ்ட் ட்ரோப்) பற்றிக் குறிப்பிட வேண்டும். இது பொ. கருணாகரமூர்த்தியின் 'பதுங்குக் குழி' என்ற கதையில் வெளிப்படுகிறது. சிங்களப்படைகள் பதுங்குக்குழியில் யுத்தத் திற்குப் பயந்து ஒளிந்த மக்களை மண்போட்டு புல்டோசரால் மூடி 'நிரவிவிட்டு அதன் மேல் நின்றும் சுழன்றும் ஊழித்தாண்டவம் ஆடியது' என்ற வாக்கியத்தில் கதைமுடிகிறது. மெலிஞ்சி முத்தனின் கதை ('பேர்த்தோக்கள் எப்போதாவது வருகிறார்கள்') பிரேதங்களுக்கு வாழ்வு பற்றிய பயம் இருக்காதெனும் நினைப்பு எனக்குள்ளிருந்து எழுவதால் நான் இன்னமும் பிரேதமாகவில்லை என் நினைக்கிறேன் என்ற வாக்கியத்துடன் தொடங்குகிறது. அதிகமும் கதையம்சம் இல்லாத கதை இந்த ஈழ எழுத்தாளரின் மனநெருக்கடிபோல் பசி, பிணங்கள் என்ற இரண்டு நினைவுகளையே சுற்றிச்சுற்றி வருகிறது. 'நான் மரணித்த பின்னர் என்னுடலைத் தின்பீர்களா?' என்று கேட்கும் கதைசொல்லியின் குரல், தெளிவடையும்போது புலத்திலிருந்து, 'இங்கே இப்போ பத்து மணியாக இருக்கலாம். ஈழத்தில் இரவாக இருக்கும்' என்று பிறந்த மண்ணின் காலத்தைத் தன் ஆன்மாவிலிருந்து மறக்க முடியாமல் நினைக்கிறது. கடைசியாக 'யுத்தங்களை நிறுத்துங்கள், என் குரலைத் தயவுசெய்து மொழி பெயருங்கள், மனித இனம் பிரபஞ்ச பேரியக்கப் பெருவட்டத்தின் சக்தியான தளத்தில் பரிணமிக்க வேண்டியிருக்கிறது' என்று விண்ணப்பத்தை முன்வைத்துக் கதைமுடிகிறது.

இது கதையா? கதைபோன்ற மனதின் கூக்குரலா என்று கூற முடியவில்லை. அதாவது மெலிஞ்சிமுத்தனின் சிறுகதை வடிவம் உணர்ச்சிக் கொந்தளிப்பால் வடிவ ஞாபகத்தை மீறியே செல்கிறது. இதுபோல் ஊரில் நடக்கும் யுத்தத்தைப் புராணப் படிமங்கள், பேய்கள், ராட்சசர்களை ஞாபகங்களாகப் பார்க்கிற வேறு கதை களையும் இவர் எழுதியுள்ளார் (பார்க்க: கூட்டிச் செல்லும் குரல், *காலம்* (இதழ்), இதழ் 34, 2010). இங்கு சுவாரசியமான விசயம் என்னவென்றால் காஞ்சனாவின் ஒரு கதை, ஏற்கனவே பார்த்தது போல் தாய்நாடு பற்றிய விபரீதத்தை ஈழத்திலிருந்து சென்றவர்கள் பேசுவதுபோல், புகலிட நாட்டின் இரட்டைக் கோபுர துயரத்தைக் கதை வடிவமாக்கியிருப்பதாகும். அதாவது புகலிட ஞாபகத்தில்

(எக்ஸ்பேட்ரியட் மெமொரி), இந்த விபரீத உருவகம் தவிர்க்க இயலாததாக இருக்கிறது.

உணர்வுருவங்கள்

இனி இத்தகைய 'இலக்கியக் கதையாடல்கள்' வழியாக ஊடு பரவிச் செல்லும் உணர்வுருவங்கள் பற்றிய விளக்கத்துக்குப் போக வேண்டும். பல இலக்கியப் பிரதிகளில் ஒரு விதமான 'தோற்றம் தேடுதல்' *(சர்ச் ஃபார் தி ஒரிஜின்)* உள்ளது. நாகரத்தினம் கிருஷ்ணாவின் நாவலில் வரும் ஹரிணி பாரிஸில் இயற்கையாய் தன்னை இடம்பெயர்த்து வைக்கிறாள். அவளுக்கான தோற்றம் புதுச்சேரியில் உள்ளது. தன் தாயையும் அவளுடைய வரலாற்றையும் மாத்தாஹரியைப் பற்றி ஐரோப்பா தேடுவது போல தேடுகிறாள். கடைசியில் கிருஷ்ணாவின் கதையாடல் மூலம் —தோற்றம் என்று வாசகர்கள் நம்பும்படி கதை முடிகிறது. ஹரிணி தேடுபவளும் தேடப்படுபவளும் ஆகிறாள். அ. முத்துலிங்கத்தின் கதை சொல்லி தனது தன்மையை (அகம்-நான்) மீள்கட்டமைப்பு *(ரீகான்ஸ்டிட்யூட்)* செய்யவில்லை. அதனால் நாவல் புதிய இலக்கிய வடிவில் வெறும் உதிரி நாட்குறிப்புகளாகவே அமைந்து விடுகிறது. தன் தோற்றம் (நாடு) பற்றிய கண்டுபிடிப்பு தனது நாவல் எழுத்தாய் மாறுகிறது. எஸ்பொவின் எதிர்வரலாறு *(ஆன்டி-ஹிஸ்டரி)* அதீத சக்திபடைத்த மருந்து ஒன்றால், வரலாறு கடந்து, எப்போதோ இறந்துபோன மனிதர்களோடு உரையாடல் மேற்கொண்டு மனம் மகிழ்கிறது. அதாவது எதார்த்தமும் புனைவும் வேறுபாடு இல்லாமல் மீண்டும் மீண்டும் இணைகின்றன.

இந்த இடத்தில் காஞ்சனாவின் இதுவரை குறிப்பிடாத ஒரு கதையைக் கொண்டு வரவேண்டும். 'ஸியர்ரா நெவாடா' என்ற தலைப்பு கொண்ட கதையில் பனி மலையேறும் உள்ளடக்கம் வருகிறது. பல நூறு ஆண்டுகளுக்கு முன்பு மலையேறிய ஒரு பெண்ணின் உடல் பனிக்கிடையில் கண்டுபிடிக்கப்படுவது கதையாகிறது. நவீன காலத்தைச் சார்ந்த ஒருவன் கடைசியாய் வந்து பார்க்கும்போது குகைக்குள் பெண்ணுடலுடன் கண்டுபிடிக்கப் பட்ட பைக்குள் ஒரு காகிதப் புத்தகத்தில் பழைய ஆங்கில எழுத்துரு காணப்படுகிறது. அங்கே கிடப்பவள் பனிக்கட்டி யுகத்துக்கு முற்பட்ட பெண். இந்தக் குறிப்பிட்ட மலையுச்சியில்

நீர்வீழ்ச்சி இல்லாத காலத்தைச் சார்ந்த பெண் அவள். நிலம் கண்டங்களாய் பிரிந்து கிடந்த காலத்தைச் சார்ந்த பெண். அதாவது இந்தக் கதையின் சுவாரசியம், பழைய பெண்ணின் கோணத்தில் நூலாசிரியர் கதையை அமைத்தது. புலம்பெயர்ந்த தமிழ் எழுத்தாளர் தன் நாட்டின், தாய்மொழியின் பழமையைத் தன் கதையில் வரும் கதைசொல்லிக்கு ஓர் 'உருவாக்கப்பட்ட' அடையாளத்தை வழங்கியுள்ளார். தோற்றத்தைத் தேடுதல் என்பது புனைவு உத்தியாகி இருக்கிறது.

முடிவுரை

இதுவரை பார்த்த கருத்துகளிலிருந்து அனைத்துலக சிக்கல்கள் நாகரிகப் போக்குகள் மனோநிலைகள் போன்றவை சார்ந்த அளவைகள் தமிழின்வழியும் சொல்லக்கூடியதாக உள்ளன என்றறிகிறோம். தமிழ்ச்சமூகம் எங்கோ தென்னாசியாவின் ஒரு மூலையில் தன் பழமை என்னும் ஓட்டுக்குள் தலையைப் புதைத்துக்கொண்டு உலகைக் கண்களால் பார்க்காமல், உள் சுருங்கித் தனக்குள் மட்டும் பார்த்துக்கொண்டு, முடங்கிப்போன சமூகமல்ல என்று அறிகிறோம். ஐயர்லாந்தின் பிரச்சினையும் பிரான்சின் பிரச்சினையும் கியூபாவின் பிரச்சினையும் பொதுத் தன்மையும் தனித்தன்மையும் கொண்டிருப்பது போல தமிழ் பேசுவோரின் பிரச்சினையும் இவற்றோடு இணைகின்றன. இதன் மூலம் தன் சமூக அழிவு என்னும் விபரீதத்தை மறக்க முடியா விட்டாலும் புதிய—தனது பண்பாட்டுக்கு தொடர்பே இல்லாத சமூகங்களோடு உரையாடத் தமிழ்ச் சமூகம் கற்றுள்ளதை அறிகிறோம். பிறரைக் கேலி செய்வதுபோல் தன்னையும் கேலி செய்யக் கற்றுக்கொண்டு வருகிறது. அந்த வகையில் 'முட்டர்பாஸ்' கதை, பல பிரச்சினைகளுக்கு முகம்கொடுக்கிற கதையாகிறது.

தனது பழமையான மொழியை வைத்துக்கொண்டே மிக நவீனமான சமூகங்களில் கண்டுகொண்ட மொழிச்சொல்லல் களையும் வாக்கியங்களையும் மட்டுமல்லாமல் நினைவுகளையும் விழுமியங்களையும் அறிய முயல்கிறது. இங்கு பலவேளைகளில் குறிப்பிடப்பட்ட எழுத்துகள் தமிழிலக்கிய உலகில் அதிக பிராபல்யம் பெறாததும் நம் விவாதத்துக்கு உள்பட வேண்டும். தமிழ்ச்சினிமா அளவு இன்னொரு கலைவெளிப்பாடான தற்கால

இலக்கியம் தமிழர்களிடம் கால்கொள்ளாததோடு அனைத்துலக அடையாளங்களையும் சிக்கல்களையும் பற்றிப் பேசும் உலக மட்டத்தில் அமைந்துள்ள காஞ்சனா மற்றும் நாகரத்தினம் எழுத்துகள் தமிழர்களாலேயே கண்டுகொள்ளப்படாதவையாக உள்ளன. இது நமக்கு வியப்பைத் தரலாம். முத்துலிங்கம், எஸ்பொ எழுத்துகள் ஈழ வாசகர்களிடம் இன்னும் அதிக பிராபல்யம் பெற்றிருக்கின்றன என்ற கூற்று உண்மையானால் மகிழ்ச்சிக்குரியது.

இன்று அகில உலகமும் வர்க்க அடிப்படைகளை அடையாள அடிப்படைகளாக மடைமாற்றிச் செயல்படுகின்றன. சமீபத்தில் ஆஸ்லோவில் நடந்த ஓரிளைஞனின் கொலைச் செயல் உலகைத் திகைக்க வைத்துள்ளது. மரபான சமூகங்களிருக்கக்கூடிய நாடுகளில் இனங்கள், மொழிகள், மதங்கள் எவ்வாறு ஒன்று இன்னொன்றோடு இணைந்தும் பிணக்குண்டும் செயல்படுகின்றன என்பதும் இவற்றிற்கிடையிலுள்ள இயங்கியலும் ஆராயப் படுகின்றன. இந்த ஆய்வும் அத்தகையதே.

உதவிய நூல்கள்

1. Appadurai, Arjun, Ed., *Globalization*, Duke University Press, 2001.
2. தாமோதரன், காஞ்சனா, *மரகதத்தீவு*, *உயிர்மை*, 2009.
3. கிருஷ்ணா, நாகரத்தினம், *மாத்தாஹரி*, எனி இந்தியன் பதிப்பகம், 2008.
4. முத்துலிங்கம். அ., *உண்மை கலந்த நாட்குறிப்புகள்*, *உயிர்மை*, 2008.
5. பொன்னுதுரை. எஸ், *மாயினி*, அர்ச்சுனா பதிப்பகம், 2007.
6. ஷோபாசக்தி, *லைலா*, *காலம்* 36, 2010.
7. கருணாமூர்த்தி, பொ. *பதுங்குக்குழி*, *உயிர்மை*, 2010.
8. முத்தன், மெலிஞ்சி, *வேருலகு*, *உயிர்மை*, 2009.
9. Anderson, Benedict, *Imagined Communities*, London.
10. ஷோபாசக்தி, *லைலா*, *காலம்*, கனடா, 36, 2010.

ஃஃ